HÁT LÊN LỜI THƯƠNG YÊU

HÁT LÊN LỜI THƯƠNG YÊU

NGUYÊN MINH

NGUYÊN MINH

HÁT LÊN LỜI THƯƠNG YÊU

NHÀ XUẤT BẢN LIÊN PHẬT HỘI
UNITED BUDDHIST PUBLISHER (UBP)

Lời nói đầu

Hát lên lời thương yêu là nhan đề một bài viết ngắn được viết cách đây hơn 5 năm, gửi đăng trên tập san Đạo Uyển số ra năm 2000. Người viết đã nhận được khá nhiều sự đồng cảm từ bạn đọc sau khi bài viết được đăng tải. Nhiều người nói rằng, họ có thể dễ dàng cảm nhận được những điều nêu trong bài viết, cho dù họ chưa từng nói ra hoặc thậm chí chưa từng nghĩ đến. Bài viết đã ít nhiều giúp họ nhận ra được một sự thật bao quát trong cuộc sống và cũng đồng thời vạch ra một hướng đi tốt đẹp, khả quan hơn cho đời sống.

Nhưng khuôn khổ của một bài viết ngắn như thế quả thật không đủ cho một đề tài quá rộng. Vì vậy, từ đó đến nay người viết vẫn luôn ấp ủ một ước mơ là sẽ có dịp trở lại với đề tài này một cách sâu rộng hơn, ít nhất cũng là để có thể nói lên được nhiều hơn những gì mà bản thân đã từng trải nghiệm trong cuộc sống. Tập sách này đã ra đời như một sự chín mùi của niềm mơ ước đó.

Yêu thương là cội nguồn của hạnh phúc, thậm chí trong một chừng mực nào đó còn có thể nói rằng yêu thương chính là hạnh phúc, như hai mặt của một vấn đề không chia tách. Sự thật này mỗi người chúng ta đều có thể tự mình hiểu được và cảm nhận qua thực tế đời sống, nhưng làm thế nào để phát khởi lòng thương yêu một cách đúng nghĩa và thực sự có thể mang lại hạnh phúc cho đời sống lại là một vấn đề không hoàn toàn đơn giản. Điều này đòi hỏi một sự hiểu biết sáng suốt kèm theo sự học hỏi và rèn luyện trong suốt quá trình sống, mà trong đó mỗi một kinh nghiệm sống cá nhân đều là những bài học quý giá không gì thay thế được.

Cuộc sống ngắn ngủi đang từng ngày qua đi, và sự thật bao trùm quanh ta mỗi ngày vẫn là vô vàn những khổ đau trong đời sống. Chúng ta hoàn toàn không bi quan khi nhìn thẳng vào sự thật ấy, bởi vì ngay cả những ai may mắn nhất trong cuộc đời này cũng không thể tránh khỏi được khổ đau. Giàu sang, địa vị, quyền thế... tất cả đều không giúp ích được gì cho mỗi chúng ta khi đối mặt với sự già nua, bệnh tật, chết chóc... Những người thân của ta lần lượt ra đi trong sự tiếc nuối của người ở lại, và bản thân chúng ta cũng có thể phải lìa bỏ cuộc sống này bất cứ lúc nào. Tuổi thanh xuân và sức khỏe của mỗi chúng ta cũng dần ra đi theo thời gian, trong khi quanh ta là vô số bệnh tật luôn rình rập, sẵn sàng tấn công làm ta gục ngã... Thêm vào đó, có biết bao hoàn cảnh, sự việc trái ý vẫn thường xuyên làm cho ta phải khổ đau, bất mãn... Chúng ta hoàn toàn bất lực không sao tránh né được những khổ đau trong đời sống, và chỉ có một chọn lựa duy nhất là chấp nhận chúng mà thôi.

Dù vậy, trí tuệ sáng suốt và sức mạnh tinh thần của mỗi chúng ta được thể hiện chính ngay trong sự chọn lựa duy nhất này, qua phương thức mà chúng ta chấp nhận và vượt qua những khổ đau của đời sống. Và điều tích cực nhất mà chúng ta có thể làm được là cố gắng đạt đến một nhận thức đúng về bản chất của khổ đau, nhận biết những nguyên nhân sinh khởi cũng như phương thức diệt trừ đau khổ, để từ đó có thể thực hiện những phương thức này ngay trong cuộc sống hằng ngày nhằm đạt được sự thanh thản, an vui và hạnh phúc chân thật trong đời sống. Đây cũng chính là mục đích nhắm đến của hết thảy những phương thức tu tập và nỗ lực rèn luyện tinh thần.

Khi quán chiếu thực tế đời sống, chúng ta sẽ có thể thấy rõ rằng sự vắng mặt của yêu thương chính là điều kiện cần thiết cho sự hình thành của những tính xấu như giận hờn, ganh tỵ, tham lam, ích kỷ... và từ đó tất yếu sẽ dẫn đến những tâm trạng bất an, lo lắng, nghi ngờ, bất mãn... Những tâm trạng này luôn đối nghịch với hạnh phúc, xét trong ý nghĩa là chúng không bao giờ có thể hiện diện đồng thời với một tâm trạng thanh thản và an vui, mà thanh thản và an vui lại là những điều kiện tất yếu để có được một đời sống hạnh phúc. Vì thế, một khi lòng thương yêu được phát khởi, chúng ta sẽ có thể trừ bỏ được những cảm xúc tiêu cực, ngăn ngừa được sự sinh khởi và phát triển của chúng ngay từ khi vừa mới hình thành, và nuôi dưỡng được những tình cảm tốt đẹp để làm tiền đề cho sự chuyển biến tích cực của một đời sống an vui và hạnh phúc.

Vì thế, hát lên lời thương yêu chính là thông điệp tự muôn đời của những tâm hồn lớn luôn hướng về sự an vui hạnh phúc của toàn nhân loại. Cho dù đó là đức Phật Thích-ca Mâu-ni ở phương Đông hay đức chúa Jésu Christ ở phương Tây, là thánh Mahatma Gandhi nhẫn nhục trầm lặng đã qua đời hay đức Đạt-lai Lạt-ma năng động tích cực - người đã từng nhận giải Nobel hòa bình - đang từng ngày thuyết giảng không mỏi mệt khắp nơi trên thế giới... tất cả các vị đều đã và đang khuyến khích chúng ta hát lên lời thương yêu trong cuộc sống.

Trong ý nghĩa đó, hát lên lời thương yêu luôn là khúc nhạc dạo đầu xua tan bóng đêm u tối của những khổ đau đang tràn ngập, và hát lên lời thương yêu cũng là phương thuốc diệu kỳ có thể giúp mỗi người chúng ta xoa dịu những nỗi đau của chính mình và mọi người quanh ta, để cùng nhau hướng đến một đời sống ngày càng tươi sáng, tốt đẹp hơn.

Tập sách mỏng này chắc chắn không sao nói hết được những gì liên quan đến một chủ đề lớn lao đến thế, nhưng hy vọng sẽ có thể gợi mở được đôi điều với những tâm hồn đồng cảm để cùng nhau hát lên lời thương yêu giữa những bộn bề của cuộc sống hôm nay. Trên tinh thần đó, người viết mong rằng sẽ nhận được sự cảm thông và tha thứ của bạn đọc gần xa về những sai sót chắc chắn không sao tránh khỏi, và cũng chân thành biết ơn về những ý kiến đóng góp xây dựng xoay quanh chủ đề này.

Trân trọng
Mùa xuân, 2006

Nguyên Minh

Vèo trông lá rụng ngoài sân...

Mỗi người chúng ta sinh ra giữa cuộc đời này với tấm thân trần trụi không có gì, và rồi sẽ chết đi cũng trần trụi như thế, chẳng mang theo được gì!

Dù vậy, khoảng giữa của hai thời điểm "không có gì" này lại là sự tiếp nối của những ảo tưởng về biết bao nhiêu sự vật "của ta", và hầu hết những nỗ lực của mỗi chúng ta trong suốt cả một đời người đều là để có thể tích lũy quanh ta được ngày càng nhiều hơn, từ tài sản, danh vọng, quyền thế... cho đến vợ con, quyến thuộc, bằng hữu...

Rất hiếm khi ta có được cảm giác hài lòng với những gì đang có, mà phần lớn cuộc đời chúng ta luôn là sự cố gắng vươn lên không ngừng để "sở hữu" được nhiều hơn. Nhưng sự thật là chúng ta chưa từng sở hữu được bất cứ sự vật nào! Tất cả những gì được gọi là "của ta" thật ra chỉ tồn tại do những nhân duyên nhất định mà chưa bao giờ là hoàn toàn do nơi ý muốn chủ quan của chúng ta. Vì thế, ta mệt mỏi, khổ đau, chịu đựng, tích cóp suốt một đời chỉ để rồi cuối cùng dù muốn hay không cũng đều phải ra đi với một thân thể trần trụi không mang theo được gì!

Những vật "sở hữu" đầu tiên của ta ngay khi mở mắt chào đời chính là những nhu cầu thiết yếu nhất cho sự tồn tại trong cuộc sống. Bầu vú và hơi ấm lòng mẹ là những thứ mà ta không thể tồn tại nếu không có được. Chúng ta khóc thét lên mỗi khi bầu vú mẹ bị giật ra khỏi miệng vào lúc ta chưa được bú no, mỗi khi ta bị giằng ra khỏi lòng mẹ ấm áp để đặt vào trong nôi lúc ta chưa ngủ say, và tiếng khóc ấy chính là một trong những phản ứng đầu tiên thể hiện ý niệm "sở hữu" của ta đối với những sự vật không thuộc về thân thể chúng ta. Ta đòi hỏi, ta phản đối khi những sự vật ấy bị lấy đi, bởi vì ta cho rằng đó là những vật "của ta", không ai được phép cướp đi "của ta" những sự vật ấy.

Rồi cùng với sự lớn lên trong cuộc sống, khi ta nhận biết ngày càng nhiều những sự vật quanh ta thì cũng đồng thời phát triển ngày càng nhiều hơn ý niệm sở hữu đối với những sự vật ấy. Quần áo của ta, thức ăn của ta, đồ chơi của ta... Ta không bao giờ chấp nhận việc những thứ ấy bị người khác lấy đi, bởi vì ta luôn cho rằng đó là "của ta"!

Cho đến lúc trưởng thành thì quanh ta đã có biết bao sự vật "của ta", nhiều đến nỗi chúng hầu như che khuất đi bản chất thật sự của con người ta. Thật vậy, chúng ta thường được người khác nhận biết không phải qua bản chất thực sự của chính mình, mà là qua những thứ bao quanh ta như quần áo, đồ trang sức, tài sản... cho đến gia đình, địa vị, quyền lực... cho dù những thứ ấy vốn chỉ hoàn toàn là sự góp nhặt, tích lũy từ bên ngoài.

Kèm theo với những gì ta "có được" chính là những gì ta phải trả giá! Đó là những nỗi lo âu, phiền muộn... những sự nhọc nhằn, vất vả... những tính toán lo toan không có lúc dừng nghỉ... và những niềm vui nhỏ nhoi ta có được thường chỉ là thoạt đến thoạt đi, chẳng bao giờ bền chắc, trong khi những khổ đau mà ta phải gánh chịu thì hầu như bất tận!

Chỉ cần một chút tĩnh tâm suy xét, chúng ta sẽ dễ dàng thấy ngay rằng chỉ có hai thời điểm trong đời mà ta có thể không bị ràng buộc bởi bất cứ điều gì. Đó là lúc ta sinh ra đời và lúc ta nhắm mắt xuôi tay.

Khi sinh ra, chúng ta còn quá bé bỏng để có thể lo toan, khao khát, và do đó mà trong lòng ta chẳng có gì ràng buộc. Ta có thể nhận biết được điều này qua việc quan sát những mối lo toan, những niềm khao khát đã đi vào lòng ta như thế nào khi ta dần lớn lên, cũng như sự thật là chúng đã trói buộc, điều khiển mọi hành vi, suy nghĩ của chúng ta như thế nào trong cuộc sống. Nếu ta ý thức được điều này, ta sẽ nhận rõ được rằng mọi sự ràng buộc, thôi thúc trong cuộc sống của chúng ta vốn dĩ không tự có, mà chỉ là do chính ta tự ôm lấy vào lòng.

Khi ta chết đi, mọi lo toan, khao khát nhất thời trở nên vô nghĩa, bởi sự thật là chúng ta chẳng thể mang theo được gì, cho dù đó là tài sản, danh vọng, quyền lực, hay thân bằng quyến thuộc... Nếu ta sớm ý thức được điều này, ta sẽ nhận ra rằng mọi sự ràng buộc, thôi thúc trong cuộc sống thật ra không quá quan trọng như ta vẫn tưởng, bởi vì khi xét theo ý nghĩa rốt ráo của một đời người thì chúng chẳng qua chỉ là những bọt nước thoáng hiện trên mặt nước, không bao lâu rồi sẽ tan biến đi không để lại gì!

Sự thật là tất cả chúng ta không ai có khả năng nhớ lại được mình đã sinh ra như thế nào, cũng như tất cả chúng ta chưa ai đã từng trải qua cái chết. Tuy nhiên, chúng ta có thể quan sát những em bé sinh ra và lớn lên để hiểu được mình đã sinh ra và lớn lên như thế nào, cũng như quan sát những người khác chết đi để biết rằng chắc chắn mình cũng sẽ chết đi như thế. Bằng cách này, chúng ta mới có được một nhận thức toàn diện hơn về đời sống và ý nghĩa của nó, thay vì là chỉ luôn bị cuốn hút vào những sự kiện đang xảy ra quanh ta mỗi ngày.

Như đã nói, ý niệm sở hữu đầu tiên của mỗi chúng ta xuất phát từ những nhu cầu thiết yếu cho sự tồn tại trong cuộc sống. Tuy nhiên, điều không may cho tất cả chúng ta là trong khi mọi nhu cầu đều có một giới hạn nhất định thì sự khao khát thèm muốn lại không có bất cứ giới hạn nào. Khi bạn đang đói và được ngồi vào bàn ăn, bạn không cần quan tâm đến việc mình phải ăn bao nhiêu mới no. Khi nhu cầu đã được thỏa mãn, cơ thể bạn tự biết điều đó và bạn không thể ăn thêm được gì nhiều hơn nữa. Nhưng sự khao khát, thèm muốn của bạn lại không dễ dàng được thỏa mãn theo cách như thế!

Khi bạn có được những điều mình mong muốn thì ngay lập tức những khao khát ham muốn của bạn sẽ mở rộng phạm trù của chúng đến một mức độ cao hơn nữa. Bằng cách này, mọi nỗ lực của bạn để thỏa mãn lòng ham muốn luôn chỉ là một cuộc chạy đua với cái bóng phía trước của chính mình. Bạn càng chạy nhanh thì mục tiêu của bạn càng được đẩy nhanh hơn về phía trước, và vĩnh viễn không bao giờ bạn có được sự thỏa mãn thực sự! Lịch sử đã từng ghi nhận có những tham vọng to lớn đến mức muốn thống trị cả thế giới này, mà Adolf Hitler là một ví dụ cụ thể.

Nhưng cho dù mục tiêu của bạn không bao giờ đạt đến thì bạn vẫn phải trả giá cho những cuộc chạy đua với lòng ham muốn. Bạn sẽ không còn là chính bản thân mình, xét trong ý nghĩa là mọi hành vi, ý nghĩ của bạn luôn bị khống chế, ràng buộc và thôi thúc bởi lòng ham muốn, bởi sự khao khát chiếm hữu một đối tượng nào đó làm "của riêng" cho mình.

Do sự trói buộc này, chúng ta dễ dàng đánh mất đi những bản chất tốt đẹp của chính mình. Và một khi đã đánh mất đi những bản chất tốt đẹp, chúng ta cũng sẽ đồng thời đánh mất đi sự an vui thanh thản và hạnh phúc trong đời sống. Vì thế, điều vô cùng dễ hiểu là những người càng nhiều tham vọng thì cuộc sống càng trở nên nhọc nhằn, tình cảm dễ khô cằn và niềm vui càng hiếm hoi.

Đối với hầu hết chúng ta thì những khao khát ham muốn và sự nỗ lực để thỏa mãn chúng có vẻ như là điều rất thật, thậm chí có khi còn được xem là động lực thúc đẩy cần thiết cho sự tồn tại và vươn lên của mỗi người trong cuộc sống. Trong thực tế, không ít người đã rơi vào tâm trạng chán nản hụt hẫng khi bất ngờ bị mất đi một mục tiêu theo đuổi nào đó trong cuộc sống.

Tuy nhiên, khi chúng ta mở rộng nhận thức để nhìn nhận cuộc sống một cách toàn diện và sâu sắc hơn, ta sẽ nhận thấy rằng những khát vọng của chúng ta theo cách này thật ra chỉ là những ảo tưởng không hơn không kém, bởi vì mọi mục tiêu mà chúng ta theo đuổi thực chất chỉ là những ảo ảnh không thường tồn. Thi sĩ Tản Đà trong một phút xuất thần đã viết nên hai câu thơ thể hiện sâu sắc ý nghĩa này:

Vèo trông lá rụng ngoài sân,
Công danh phù thế có ngần ấy thôi!

Quả thật, một đời rồi cũng qua nhanh như chiếc lá vàng vèo bay trong gió. Thật không may cho những ai chưa từng nghĩ đến điều này nên đã đốt cháy thời gian quý giá bằng những việc làm vô nghĩa lý. Trong thực tế, một nhận thức đúng về tính chất ngắn ngủi vô thường của đời sống không phải là sự bi quan yếm thế, mà chính là tiền đề thiết thực nhất để chúng ta biết trân quý từng giây phút đang trôi qua của cuộc đời mình.

Vì thế, động lực chân chính cho sự tồn tại và vươn lên của mỗi chúng ta trong cuộc sống thực ra không phải là lòng ham muốn mà chính là sự nhận thức được tính chất ngắn ngủi và quý giá của đời sống trong từng phút giây hiện tại. Sự khác biệt sâu sắc ở đây là, khi bị thôi thúc bởi lòng ham muốn, chúng ta luôn bị trói buộc và thường mất đi lý trí, không giữ được sự phán đoán khách quan và sáng suốt; ngược lại, khi được thôi thúc vì nhận ra được tính chất ngắn ngủi, cấp thiết và quý giá của thời gian qua nhanh, chúng ta sẽ nỗ lực thực hiện những việc làm có ý nghĩa hơn bằng vào ý chí của chính mình, hay nói khác đi là ta luôn có được sự tự do chọn lựa trong cuộc sống.

Những bậc vĩ nhân của nhân loại đều giống nhau ở sự nỗ lực vươn lên không ngừng. Họ có thể làm việc quên mình chỉ vì nghĩ đến lợi ích cho người khác, nhưng lại không bao giờ xuất phát từ sự thôi thúc của lòng ham muốn. Nếu họ hành động bởi lòng ham muốn, họ sẽ chẳng bao giờ có thể trở thành vĩ nhân! Hay nói một cách khác, sự chế phục lòng ham muốn chính là một trong những yếu tố cần thiết để có thể trở thành một bậc vĩ nhân.

Ý thức chiếm hữu và lòng ham muốn có một mối quan hệ tất yếu cùng tồn tại. Trước hết, ý thức chiếm hữu được hình thành từ những nhu cầu thực sự thiết yếu cho đời sống và nó cũng đồng thời khơi dậy lòng ham muốn. Nhưng khi những nhu cầu thực sự được thỏa mãn thì ý thức chiếm hữu và lòng ham muốn không mất đi mà chúng lại tiếp tục phát triển theo khuynh hướng của một quả bóng bay bị đứt dây, nghĩa là ngày càng lên cao hơn mà không bao giờ có một giới hạn cuối cùng. Điều không may cho tất cả chúng ta là trước khi quả bóng ấy nổ tung giữa trời cao, nó đã kịp đẩy chúng ta vào vô vàn những bất hạnh trong cuộc sống!

Bạn có thể cảm thấy hơi mơ hồ, khó hiểu đối với những gì vừa nói? Vậy thì đây sẽ là một ví dụ cụ thể để giúp bạn hình dung được vấn đề một cách dễ dàng hơn. Nếu bạn phải mua một chiếc xe gắn máy để đi đến sở làm mỗi ngày, đó là nhu cầu thực sự thiết yếu cho đời sống. Nếu bạn muốn thay thế nó bằng một chiếc xe đời mới đẹp hơn, hợp thời trang hơn, đó là sự phát triển bắt đầu vượt mức của lòng ham muốn, vì đã không còn là một nhu cầu thiết yếu nữa. Và vì các nhà sản xuất mỗi năm đều cho ra đời những chiếc xe đời mới tốt hơn, đẹp hơn - tất nhiên là cũng đắt tiền hơn - nên đến một lúc nào đó bạn sẽ hoàn toàn tuyệt vọng vì không còn khả năng chạy đua theo lòng ham muốn của mình, và đó chính là khi quả bóng bay nổ tung giữa trời cao. Nhưng đợi đến lúc ấy thì bạn đã phải trải qua biết bao lo toan vất vả, bao nỗ lực nhọc nhằn mới có thể nhận ra được mình luôn là người thất bại trong cuộc chạy đua này.

Thế nhưng, phần lớn những nỗ lực trong cuộc đời chúng ta thường được dành cho những cuộc chạy đua vô vọng như thế. Và những gì được chúng ta xem là thành tựu lại chẳng có ý nghĩa gì khác hơn là những khối vật chất vô tri mà ta buộc lòng phải buông bỏ lúc cuối đời. Bởi vì ngay chính đời sống của bản thân ta vốn đã là một yếu tố không bền chắc, thì những gì mà chúng ta thu góp được trong cuộc sống làm sao có thể có ý nghĩa thường tồn?

Trong kinh Pháp cú, kệ số 62, đức Phật dạy rằng:

Thử ngã tử, ngã tài,
Ngu nhân thường vi ưu.
Ngã thả vô hữu ngã,
Hà hữu tử dữ tài?

Con tôi, tài sản tôi,
Người ngu thường lo nghĩ.
Ta đã là không có,
Con đâu? Tài sản đâu?

Vì thế, một khi ý thức được tính chất vô ngã, vô thường của đời sống, chúng ta cũng đồng thời thấy được tính chất vô nghĩa của những mục tiêu vật chất mà ta đang ngày đêm nỗ lực theo đuổi, và điều này sẽ ngay lập tức giải phóng tâm thức ta khỏi sợi dây ràng buộc của lòng ham muốn!

Thoát cũi sổ lồng

Sự hình thành ý thức sở hữu và lòng ham muốn có vẻ như là một khuynh hướng tự nhiên của mọi con người. Tuy nhiên, trong thực tế thì đây lại là hệ quả của một trong những ý niệm sai lầm căn bản nhất mà hầu hết chúng ta đều mắc phải. Đó chính là ý niệm cho rằng có một bản ngã chủ thể tồn tại độc lập trong đời sống.

Trong khi chúng ta thường nhận biết mọi sự vật quanh ta như là một thế giới bên ngoài luôn tồn tại trong quan hệ đối lập với bản thân ta như là trung tâm của đời sống, thì những sự chiêm nghiệm, phân tích khách quan về thực tại lại cho thấy sự thật hoàn toàn không phải như vậy.

Trước hết, mỗi chúng ta chưa bao giờ có thể là một chủ thể tồn tại độc lập trong cuộc sống. Cái gọi là "đời sống của ta" thật ra chỉ là một phần không thể tách rời của thực tại, và chỉ có thể tồn tại trong những mối tương quan nhất định với vô số thực thể khác. Bạn không bao giờ có thể hình dung được một sự tồn tại độc lập của bất kỳ một thực thể nào, cho dù đó chỉ là một lá cây, ngọn cỏ... Mỗi một thực thể chỉ có thể tồn tại dựa vào sự tồn tại của những thực thể khác, và bản thân mỗi thực thể cũng đồng thời là điều kiện cho sự tồn tại của toàn thể. Mối tương quan cùng tồn tại này là một quy luật thực tế hoàn toàn khách quan mà chúng ta chỉ có thể nhận biết chứ không bao giờ thay đổi được.

Hơn bao giờ hết, thời đại hiện nay của chúng ta đang chứng kiến những hệ quả rõ nét của quy luật tương quan này. Trong khi sự tàn phá môi trường đang diễn ra ở đâu đó rất xa xôi trên hành tinh thì những thay đổi về khí hậu, thời tiết lại từng ngày ảnh hưởng trực tiếp đến mỗi chúng ta do tác hại của những sự tàn phá đó. Trong khi các nhà máy với khí thải độc hại mọc lên ngày càng nhiều ở các thành phố đông dân cư, thì lỗ thủng của tầng ozone khí quyển lại xuất hiện ở vùng Nam cực xa xăm. Và dù xuất hiện trên bầu trời Nam cực xa xăm, nhưng lỗ thủng của tầng ozone lại đang là mối đe dọa đến cuộc sống bình thường của tất cả chúng ta trên toàn thế giới...

Quy luật tương quan tồn tại này chi phối mọi thực thể trong vũ trụ, nên ngay cả trong thân thể này của chúng ta cũng không thể có bất cứ chi tiết nào có thể tồn tại độc lập. Và xét trong ý nghĩa này thì cũng không có bất cứ cơ quan nào có thể được xem là quan trọng hơn những cơ quan khác, mà tất cả đều cùng tồn tại trong một mối tương quan mật thiết, trong đó mỗi yếu tố đều là điều kiện cần thiết cho sự tồn tại của những yếu tố khác.

Khi chúng ta nhận rõ được quy luật tương quan này, chúng ta sẽ thấy được tính chất bình đẳng thực sự của muôn loài, muôn vật. Những sự khác biệt mà ta nhìn thấy về tính chất, địa vị, cấp bậc, danh tiếng... thực ra chỉ là những dáng vẻ bên ngoài, nhưng khi nhìn sâu vào bản chất thực sự thì tất cả đều bình đẳng như nhau, đều giữ những vai trò tương quan tất yếu trong sự tồn tại của toàn thể. Chính trong ý nghĩa này, bạn sẽ thấy một người phu quét đường không thể xem là kém phần quan trọng hơn vị kiến trúc sư trưởng của thành phố, cũng như một công nhân lắp máy không thể xem là kém phần quan trọng hơn vị kỹ sư đã thiết kế ra cỗ máy ấy... Tất cả là một sự tương quan cùng tồn tại, và mỗi một yếu tố trong toàn thể đều không thể mất đi mà không gây ra những ảnh hưởng nhất định cho tất cả.

Như vậy, rõ ràng là trong cái toàn thể của đời sống thì mỗi cá nhân chúng ta không thể là một chủ thể tồn tại độc lập, mà sự thật là sự tồn tại của chúng ta luôn phụ thuộc vào sự tồn tại của những yếu tố khác. Do đó, ý niệm về bản ngã như một chủ thể tồn tại độc lập trong đời sống là một ý niệm hoàn toàn sai lầm!

Mặt khác, trong mối tương quan chằng chịt giữa vô số những yếu tố của đời sống, chúng ta không thể nào vạch ra một ranh giới phân biệt giữa cái gọi là "ta" và những gì "không phải ta".

Theo tập quán suy nghĩ thông thường, chúng ta luôn cho rằng cái cấu trúc vật thể bao gồm đầu mình và tứ chi này là thân thể của ta, và những gì bên ngoài nó là không phải ta. Chúng ta mặc nhiên chấp nhận một sự phân vạch như thế và xây dựng mọi ý niệm xoay quanh "cái ta" vật thể này. Thật không may, đó lại là một sự phân vạch sai lầm, và vì thế mà dẫn đến hầu hết những ý niệm của chúng ta cũng đều sai lầm.

Ngay khi chúng ta nói "thân thể của ta" thì về mặt ngôn ngữ điều này cũng đã thể hiện rõ "thân thể" và "ta" là hai đối tượng khác nhau. Bởi vì nếu thân thể này là "ta" thì ta không thể sở hữu chính ta, nên không thể nói là "của ta". Nhưng đã nói "thân thể của ta" thì "cái ta" nhất thiết không phải là thân thể, mà phải là một đối tượng có khả năng sở hữu thân thể ấy, nên mới nói là "của ta"!

Hãy đưa một bàn tay lên và nhìn ngắm nó trong khi suy ngẫm về ý niệm này. Bàn tay đó là chính bạn hay là một vật thể mà bạn đang sở hữu? Nếu nói bàn tay là "ta" thì bạn sẽ nói sao về bàn chân, những ngón chân, ngón tay, cho đến cả những cơ quan nội tạng mà thông thường bạn không có khả năng nhìn thấy như tim, gan, phổi, thận...? Nếu tất cả những thứ ấy đều không phải là "ta", vậy "cái ta" nằm ở một nơi nào khác chăng? Và nếu chúng là những vật thể mà bạn sở hữu, vậy chúng phải thuộc về "thế giới bên ngoài", tương tự như những vật sở hữu khác, chẳng hạn như nhà của ta, xe của ta...

Bạn có thể sẽ cho rằng như vậy "cái ta" chắc hẳn nằm ở trên đầu, ở bộ não, nơi có khả năng đưa ra mệnh lệnh điều khiển các cơ quan khác. Thế nhưng, bạn có bao giờ điều khiển được hoạt động của lá gan, trái thận hay buồng phổi của bạn chăng? Và bộ não thật ra cũng chỉ là một kết cấu vật thể nào khác gì với những cơ quan khác. Có bao giờ bạn hình dung một cái đầu người tách khỏi thân thể mà có thể nói năng được chăng, đừng nói là để làm được chức năng "cái ta" mà bạn đang tìm kiếm.

Và chúng ta sẽ tạm dừng cuộc tìm kiếm "cái ta" ở đây, bởi sự thật đơn giản là không hề có một "cái ta" như một chủ thể tồn tại độc lập trong đời sống. Như chúng ta đã biết, tất cả chỉ có thể hiện hữu trong một mối tương quan cùng tồn tại. Và ý niệm về một "cái ta" đối lập với "thế giới bên ngoài" là một ý niệm sai lầm.

Mặc dù vậy, chính cái ý niệm sai lầm này đã và đang giam cầm tâm thức chúng ta trong một nhà tù chật hẹp là "cái ta" không thật có. Từ đó, chúng ta suy nghĩ và hành động xoay quanh trung tâm điểm là "cái ta" của mình, gây ra vô vàn những tác hại cho sự sống.

Hãy tưởng tượng, nếu như có một cơ quan nào đó trong thân thể bạn tự nhận rằng nó là quan trọng nhất và hoạt động theo cách như là vị chủ tể của cơ thể. Khi ấy, chắc chắn là toàn bộ cơ thể sẽ trở nên rối loạn và không thể phát triển một cách bình thường được. Bệnh ung thư là một ví dụ minh họa rõ nét cho trường hợp này, khi mà các tế bào của một cơ quan nào đó đột nhiên phát triển rất nhanh một cách bất thường. Và điều đó dẫn đến những hệ quả nghiêm trọng như thế nào thì hầu hết chúng ta đều đã rõ.

Thế nhưng, sự thật thì mỗi chúng ta đã và đang là một tế bào có nguy cơ ung thư trong cơ thể vũ trụ. Với ý thức chấp ngã,[1] chúng ta luôn suy nghĩ và hành động xoay quanh trung tâm điểm là "cái ta" của mình, tìm mọi cách để phát triển "cái ta" đó cho lớn mạnh hơn hết thảy mọi "cái ta" khác và tìm mọi cách để "sở hữu" hết thảy những gì đang hiện hữu quanh ta! Chỉ cần chúng ta thực hiện theo với những ảo tưởng này, chúng ta chắc chắn sẽ trở thành một trong những tế bào ung thư góp phần hủy hoại thực tại đang hiện hữu!

Và sự thật là thời đại của chúng ta đang chứng kiến những sự hủy hoại ngày càng khốc liệt hơn do chính con người gây ra. Với ý thức chấp ngã, chúng ta cho rằng chỉ có sự tồn tại và phát triển của con người là quan trọng nhất nên đã không ngần ngại tàn phá môi trường, vét cạn mọi tài nguyên thiên nhiên, giết hại động vật hoang dã, đánh bắt cạn kiệt các loài thủy hải sản... Trong khi thực hiện những việc ấy, chúng ta luôn ngỡ rằng đang thu hoạch được những mối lợi khổng lồ, nhưng sự thật là chúng ta đã trở thành những tế bào ung thư khủng khiếp hủy hoại ngôi nhà chung của muôn loài là trái đất này.

Trong những năm gần đây, liên tiếp xảy ra những trận bão lụt kinh người, những đợt hạn hán kéo dài, rồi đủ các loại dịch bệnh trước đây chưa từng có trong lịch sử...[2] Những điều đó không chỉ gây hại riêng cho con người mà còn ảnh hưởng đến hết thảy mọi sinh vật khác. Ngoài ra còn phải kể đến những mối nguy cơ đang ngày càng lớn dần như hiện tượng

---

[1] *Chấp ngã*: nhận thức rằng có một "*cái ta*" tồn tại độc lập trong vạn hữu.

[2] Ngay khi tôi đang viết những dòng này thì nhân loại vẫn còn bó tay trước hiểm họa HIV/AIDS, và dịch cúm A H5N1 ở gia cầm đã xuất hiện ở 6 nước châu Âu sau khi hoành hành tại nhiều nước thuộc châu Á, châu Phi... và rất có khả năng chúng sẽ biến thể để lây lan từ người sang người, gây ra một trận đại dịch toàn cầu.

nhiệt độ toàn cầu nóng dần lên, mực nước biển dâng cao, sự thay đổi khí hậu ngày càng thất thường, những nguồn nước sạch cũng như nhiều nguồn tài nguyên khác đang cạn dần không còn khả năng hồi phục...

Tất cả những điều đó hoàn toàn không chỉ là những hiện tượng tự nhiên, mà chính là kết quả những hành vi "có lợi" của con người. Chúng ta phá rừng để thu về những nguồn lợi kếch sù, xây dựng hàng loạt nhà máy cũng để mang lại những lợi nhuận to lớn và phục vụ tốt hơn đời sống con người... Nhưng tất cả những gì mà chúng ta đã làm thực sự là đang mang lại những tai họa thảm khốc gấp nhiều lần so với những gì mà chúng ta đạt được.

Quả thật, nếu con người không tự nhận lấy địa vị độc tôn về mình và biết chấp nhận "sống chung hòa bình" với muôn loài trên trái đất thì những thảm họa như thế chắc chắn đã không thể xảy ra!

Ý thức chấp ngã cũng dễ dàng biến chúng ta thành những tế bào ung thư hủy hoại gia đình, hủy hoại cộng đồng, hủy hoại đất nước... Chỉ vì ôm ấp vun bồi cho một "cái ta" không thực có mà ta sẵn sàng làm vô số những việc lẽ ra không nên làm. Để giành lấy những lợi ích cho "cái ta", anh em trong gia đình không ngần ngại xung đột lẫn nhau, người trong một cộng đồng thẳng tay tranh chấp với nhau, cho đến biết bao người trong xã hội sẵn sàng nhúng tay vào những tội ác như tham nhũng, phản bội, lường gạt... bất chấp sự tổn hại cho vô số những người khác, tất cả cũng chỉ vì sự vun đắp cho một "cái ta" vốn dĩ không thực có!

Quả thật, nếu chúng ta có thể nhận ra được sự tương quan mật thiết giữa "cái ta" này với mọi người, mọi vật quanh ta, biết được rằng "cái ta" vốn không thể nào tồn tại riêng lẻ, rằng sự an vui hạnh phúc của ta luôn gắn chặt với mọi người, mọi vật quanh ta, ta cũng sẽ đồng thời nhận biết được rằng cuộc sống an vui hạnh phúc chân thật không thể nào có được bằng cách gây hại cho môi trường, gây hại cho những người thân trong gia đình, trong cộng đồng hoặc trong xã hội mà ta đang sống!

Nhận thức đúng về việc không có một "cái ta" tồn tại độc lập, hay tinh thần vô ngã,[1] hoàn toàn không có nghĩa là phủ nhận sự hiện hữu của từng cá nhân trong vũ trụ, hoặc đi đến chủ thuyết hư vô như nhiều người lầm tưởng. Vô ngã ở đây là một sự thật khách quan, được đạt đến bằng sự nhận biết và phân tích thực tại đúng như nó đang hiện hữu mà không thông qua bất cứ một lăng kính học thuyết hay tư tưởng, tín ngưỡng nào. Bởi vì hết thảy muôn loài, muôn vật đều cùng nhau tồn tại trong một mối tương quan mật thiết với nhau, nên không thể có bất cứ thực thể nào trong đó có thể xem là chủ tể, là trung tâm, và do đó cũng không hề có một "cái ta" như hầu hết chúng ta đang ôm ấp.

Trong Đạo đức kinh, chương 7, Lão Tử viết: "Bậc thánh nhân đặt mình ra sau mà được tới trước, loại thân mình ra ngoài mà được thường còn."[2] Và theo ông thì đó gọi là: "... vì không lo cho riêng mình nên mới có thể thành tựu được cho mình."[3] Đây há chẳng phải là một ý niệm vô ngã như vừa nói trên đó sao?

Khi hiểu rõ và thực hành tinh thần vô ngã, chúng ta thực sự được giải phóng khỏi những ràng buộc chật hẹp trong giới hạn của "cái ta" nhỏ nhoi. Niềm vui trong cuộc sống của chúng ta trở nên tương thông với toàn thể thực tại sinh động. Chúng ta buông bỏ được tất cả những khao khát, ham muốn

---

[1] *Vô ngã* (無我): không có ta, ở đây cần hiểu là không có một "*cái ta*" tồn tại riêng lẻ, đối lập với thế giới bên ngoài.

[2] *Thánh nhân hậu kỳ thân nhi thân tiên, ngoại kỳ thân nhi thân tồn.* - 聖人後其身而身先, 外其身而身存。

[3] *....dĩ kỳ vô tư... cố năng thành kỳ tư...* 以其無私... 故能成其私。

vốn dĩ được hình thành từ ảo tưởng về một "cái ta" không thực có.

Không còn những khao khát, ham muốn sai lầm, chúng ta sẽ không còn phải ôm ấp những thất vọng tràn trề hay buồn đau chán nản. Thay vì vậy, chúng ta có được niềm vui nhẹ nhàng chỉ đơn giản qua sự cảm nhận thực tại sinh động quanh ta đang hiện hữu trong một nhịp điệu chuyển động chung của toàn vũ trụ. Chúng ta dễ dàng hòa nhập với thiên nhiên, với môi trường, vì biết rằng thiên nhiên hay môi trường không phải là những đối tượng tách biệt một với "cái ta" riêng lẻ. Chúng ta dễ dàng cảm thông chia sẻ với hết thảy mọi người quanh ta vì biết rằng họ cũng là một phần của chính ta, vì những niềm vui nỗi buồn của họ và của ta vốn không hề tách biệt. Ta hài lòng vì nhận ra được cái ta đích thực luôn tương thông và hòa nhập với thực tại bao la, nên không còn bị cuốn hút vào sự ôm ấp vun bồi cho một "cái ta" nhỏ nhoi vốn là không thực có.

Vì thế, tinh thần vô ngã không phải là phủ nhận sự hiện hữu của cá nhân, mà chính là xác nhận một cách đúng thật vị trí của mỗi cá nhân trong toàn thể. Tâm thức của chúng ta vốn không hề chịu sự trói buộc bởi không gian hay thời gian, chỉ vì ý thức chấp ngã mà chúng ta đã tự vạch ra những ranh giới để giới hạn chính mình. Cũng như nước trong đại dương vốn mênh mông không hình thể, nhưng nếu ta mang chứa vào trong cái bình tròn nhỏ hẹp, sẽ thấy giống như nước có hình tròn. Người có hiểu biết sẽ thấy rõ được điều đó và không bao giờ vì thế mà cho rằng nước vốn có hình tròn. Hiểu rõ và thực hành tinh thần vô ngã sẽ giúp ta đập vỡ cái bình chứa nhỏ hẹp kia và trả nước về với đại dương mênh mông vốn có, nhờ đó mà có thể đạt đến một cuộc sống an vui hạnh phúc, không ràng buộc, ngăn ngại.

Người đầu tiên nhận biết và truyền dạy tinh thần vô ngã

chính là đức Phật Thích-ca Mâu-ni, người khai sáng đạo Phật cách đây hơn 2.500 năm. Trong kinh Pháp cú có bài kệ số 154 ghi lại cảm hứng của đức Phật sau khi phá vỡ lớp vỏ bọc chấp ngã để đạt đến sự giải thoát hoàn toàn trong tinh thần vô ngã:

Ôi người làm nhà kia,
Nay ta đã thấy ngươi !
Ngươi không làm nhà nữa,
Đòn tay ngươi bị gãy,
Kèo cột ngươi bị tan,
Tâm ta đạt tịch diệt,
Tham ái thảy tiêu vong.[1]

Căn nhà đã bị ngài phá hủy và vĩnh viễn không còn được xây dựng lại, đó chính là tù ngục muôn đời đã giam hãm tâm thức chúng ta.

Người xây dựng căn nhà tù ngục ấy đã được ngài nhận biết và chỉ rõ chính là vô minh, hay sự si mê tăm tối, không nhận biết được thực tại đúng thật như nó đang hiện hữu. Khi ánh sáng trí tuệ chiếu phá được bức màn vô minh muôn kiếp thì nguyên nhân cơ bản xem như đã được diệt trừ, và do đó mà vĩnh viễn sẽ không còn ai "làm nhà" nữa.

Những vật liệu để xây dựng căn nhà tù ngục đó không gì khác hơn là sự khao khát, ham muốn (ái dục), là vô số phiền não trong đời sống, là ý niệm sai lầm ôm ấp thân thể và tâm thức này như một "cái ta" riêng biệt... Tất cả những thứ ấy đã đồng loạt bị ngài phá sạch, và do đó mà có thể dứt sạch mọi tham ái, đạt đến sự tịch diệt, giải thoát rốt ráo.

Mỗi chúng ta đều đang sống trong căn nhà tù ngục của chính mình, và bước khởi đầu hướng đến sự giải phóng tự

---

[1] Theo bản Việt dịch của Hòa thượng Thích Minh Châu.

thân không gì khác hơn là phải quán chiếu và thực hành tinh thần vô ngã.

Việc trừ bỏ ý thức chấp ngã sai lầm vốn đã ăn sâu vào tâm thức tất nhiên không phải là một việc dễ dàng. Tuy nhiên, nếu chúng ta có thể sáng suốt nhận rõ sai lầm, biết quán chiếu thực tại để nhận ra bản chất thực sự của đời sống, chúng ta sẽ hoàn toàn có khả năng phá vỡ lớp vỏ bọc chấp ngã để thoát cũi sổ lồng, bước vào một cuộc sống mới đầy tự do phóng khoáng với sự thanh thản, an vui và hạnh phúc chân thật.

Những khuynh hướng thiện ác

Nho gia thường dạy rằng: “Con người sinh ra vốn tánh hiền lành.”[1] Quan điểm này cho rằng chính những va chạm, tiếp xúc trong cuộc sống khi con người dần lớn lên đã làm phát sinh những tính xấu, khiến chúng ta ngày càng xa rời bản chất hiền thiện ban sơ của mình. Điều này tất nhiên là rất phù hợp với những tâm hồn lạc quan, luôn tin tưởng vào bản chất hiền thiện của con người.

Nhưng không phải ai cũng có thể tin như vậy. Có người lại cho rằng ngược lại, vì cho rằng sự hiền lương của con người vốn phải nhờ nơi sự giáo dục, học tập và rèn luyện. Trẻ con nếu không được dạy dỗ uốn nắn thì chỉ có thể đi vào con đường xấu ác chứ không thể trở thành người tốt đẹp.

Chúng ta sẽ trở lại vấn đề này sau một vài phân tích, và hy vọng khi đó sẽ có thể làm sáng tỏ hơn những gì đang bàn đến.

Thật ra, đối với đa số chúng ta thì không cần thiết phải tranh cãi về việc con người sinh ra vốn là hiền thiện hay xấu ác, mà điều quan trọng hơn là nên phân tích xem những gì có thể chi phối khuynh hướng hiền thiện hoặc xấu ác ở mỗi con người.

Điều này hoàn toàn không đòi hỏi phải có một kiến thức uyên bác hay khả năng suy luận hơn người. Chỉ cần có được thời gian thỏa đáng và một sự phân tích khách quan thì bất cứ ai trong chúng ta cũng có thể đi đến một kết luận chính xác tương tự.

Hầu hết những việc xấu ác mà con người nhúng tay vào

---

[1] *Nhân chi sơ tánh bản thiện. - 人之初性本善* 。” Trích từ *Tam tự kinh (三字經)*, một bộ sách vỡ lòng của người học chữ Hán.

thường không phải vì bản thân họ thực sự mong muốn, ưa thích. Điều mà họ mong muốn, ưa thích thường chính là những giá trị vật chất mà việc làm xấu ác đó mang đến cho họ. Một tên trộm vốn dĩ không thể ưa thích việc ăn trộm, nhưng bị cuốn hút, sai khiến bởi những món lợi béo bở kiếm được bằng việc ăn trộm. Một quan chức tham nhũng vốn dĩ không phải vì thích làm điều đó, nhưng động lực thôi thúc khiến ông ta bất chấp những nguyên tắc đạo đức cũng như pháp luật chính là cuộc sống xa hoa có được nhờ vào việc tham nhũng...

Nói một cách khác, động lực thúc đẩy chúng ta đi vào con đường tội lỗi chính là lòng ham muốn. Nếu có thể thỏa mãn lòng ham muốn mà không phải làm những điều xấu ác, chắc chắn sẽ không ai nhúng tay vào tội lỗi! Vì vậy, có thể nói rằng thủ phạm đứng sau mọi tội lỗi của con người chính là lòng ham muốn.

Cũng có nhiều trường hợp người ta thực hiện những hành vi xấu ác vì thù hận, vì ghen tức... Nhưng nếu xét kỹ những nguyên nhân đã dẫn đến sự thù hận, ghen tức đó thì chúng ta cũng sẽ nhận thấy đa phần là do những xung đột về quyền lợi, địa vị, danh tiếng... Mà những thứ ấy xét cho cùng cũng chính là đối tượng của lòng ham muốn. Vì vậy, nếu chế ngự được lòng ham muốn thì những hành vi xấu ác thuộc loại này cũng không thể xảy ra!

Nhưng trong một phần trước, chúng ta đã phân tích và thấy được rằng lòng ham muốn tự nó không phải là một yếu tố sẵn có, mà vốn dĩ được hình thành từ những nhu cầu của chúng ta, rồi sau đó được nuôi dưỡng ngày càng lớn lên bởi ý thức chấp ngã.

Chúng ta không thể ham muốn một sự vật khi chúng ta không có nhu cầu. Chẳng hạn, phi thuyền không gian, hỏa tiễn liên lục địa... đều là những tài sản kếch sù, nhưng hầu hết chúng ta không ham muốn chúng, vì chúng ta không có nhu cầu!

Một đứa bé hình thành lòng ham muốn đối với bầu vú mẹ trước tiên vì đó là nhu cầu để nó tồn tại. Nó sẽ ôm giữ bầu vú mẹ và khóc thét lên để phản đối khi bị giằng ra lúc chưa được bú no. Nhưng lòng ham muốn không dừng lại ở đó. Khi một đứa bé đang bú, nếu có một đứa bé khác sờ vào bầu vú còn lại của mẹ nó, nó sẽ dùng tay đẩy ra hoặc tỏ một thái độ phản đối khác. Lòng ham muốn của nó đã bắt đầu lớn lên vượt quá nhu cầu, vì được nuôi dưỡng bởi ý thức chấp ngã: bầu vú đó là "của ta", không ai khác được dùng đến, cho dù hiện nay ta không sử dụng!

Khi "cái ta" càng lớn lên, ý thức chấp ngã càng phát triển, và do đó mà lòng ham muốn cũng phát triển không ngừng, thậm chí không hề có một giới hạn cuối cùng nào! Bạn có từng nghe nói về những vị đế vương trong lịch sử Trung Hoa, như Tần Thủy Hoàng chẳng hạn? Kho báu của ông chứa đầy những vật quý giá mà có thể cả đời ông ta chẳng bao giờ sờ đến. Những mỹ nữ được tuyển vào cung để phục vụ ông ta nhưng có rất nhiều người chẳng bao giờ được đến gần hoặc thậm chí là nhìn thấy mặt ông ta, bởi vì có quá nhiều mỹ nữ như thế! Ông ta làm những điều đó không phải vì nhu cầu, mà vì lòng ham muốn. Và lòng ham muốn của ông phát triển đến mức ấy chính là do nơi ý thức chấp ngã, bởi vì tất cả đều hình thành xoay quanh "cái ta".

Có một tên gọi khác của ý thức chấp ngã - có lẽ là quen thuộc và phổ biến hơn đối với hầu hết chúng ta - là vị kỷ. Vị kỷ có nghĩa là chỉ biết quan tâm đến chính mình mà không quan tâm đến người khác. Tính vị kỷ chi phối hầu hết mọi suy nghĩ và hành động của chúng ta ở từng mức độ khác nhau, cũng như được biểu hiện theo nhiều cách khác nhau. Với những người có mức độ vị kỷ quá lớn, chúng ta rất dễ dàng nhận ra cách ứng xử đầy tính tham lam và hẹp hòi của họ, bất chấp mọi tổn hại gây ra cho người khác. Ở những người có mức độ vị kỷ ít hơn, lòng tham lam thường được kiềm chế, cân nhắc trước khi biểu lộ thành hành động, và do đó thường ít gây tổn hại cho người khác hơn.

Mặt khác, với những người thô thiển ít học, tính vị kỷ thường dễ dàng bộc lộ qua lời nói cũng như những hành vi ứng xử. Nhưng với những người có học thức, được rèn luyện trong những môi trường đạo đức tốt, tính vị kỷ của họ thường rất khó nhận ra, bởi vì nó luôn được che giấu dưới những lớp vỏ bọc tinh tế, những lời nói khôn khéo hay những hành vi rất kín đáo.

Một người bán hàng nâng giá món hàng của mình lên quá cao là một biểu lộ của tính vị kỷ rất dễ nhận ra, vì điều đó thường không được che đậy dưới bất cứ lớp vỏ bọc tốt đẹp nào. Nhưng khi một bác sĩ muốn lấy được nhiều tiền hơn từ bệnh nhân, ông ta thường luôn thực hiện điều đó theo cách sao cho không bị đánh giá là tham lam, nghĩa là ông ta sẽ có đủ một trăm lẻ một lý do tốt đẹp để biện minh cho việc làm của mình. Vì thế, trong trường hợp này thì tính vị kỷ của ông ta thật khó nhận biết hơn nhiều.

Trong một số trường hợp, tính vị kỷ âm thầm thúc đẩy người ta thực hiện những việc mà đôi khi bản thân họ cũng không hiểu hết, giống như một chiếc xe xuống dốc đôi khi lệch khỏi mặt đường mà người lái xe không thể kiểm soát được. Đôi khi người ta muốn có được những thứ khác hơn là tiền bạc, của cải, chẳng hạn như những lời khen tặng, tiếng tốt hay sự kính phục của người khác. Trong những trường hợp này, sự biểu lộ của tính vị kỷ lại càng khó nhận biết hơn.

Gần đây, thỉnh thoảng tôi có đọc thấy trên một vài tập sách mang nội dung giảng giải kinh Phật lại có in kèm dòng chữ: “cấm trích đăng một phần hay in lại”. Điều này quả thật hoàn toàn mâu thuẫn với những gì được các tác giả trình bày trong sách. Trong khi chuyển tải những nội dung khuyên dạy mọi người mở rộng lòng thương yêu và chia sẻ cùng người khác, thì bản thân những tập sách này lại không cho phép người khác được tự do truyền bá, phổ biến những lời dạy chứa đầy lòng thương yêu đó. Đây có thể xem là một ví dụ minh họa cụ thể cho tính chất tế nhị rất khó nhận biết của lòng vị kỷ, khi mà bản thân các tác giả có thể cũng không nghĩ đến.

Trong tất cả các kinh Phật, bao giờ cũng có một hoặc nhiều đoạn mang nội dung tán thán, khen ngợi những ai tham gia việc đọc tụng, sao chép và truyền bá kinh điển đến với nhiều người khác. Thật đáng buồn khi một số người đã vô tình quên đi nội dung này và tuyên bố "giữ bản quyền" đối với những tập sách truyền dạy giáo pháp từ bi của đức Phật!

Tóm lại, có thể nói rằng ý thức chấp ngã hay tính vị kỷ là nguyên nhân chính tạo ra khuynh hướng xấu ác của con người, bởi nó nuôi lớn lòng ham muốn, mà lòng ham muốn lại là động lực thúc đẩy con người đi vào con đường tội lỗi. Vì vậy, chúng ta cũng có thể suy luận ngược lại để thấy rằng: nếu trừ bỏ được lòng vị kỷ hay ý thức chấp ngã thì lòng ham muốn của chúng ta sẽ không thể phát triển vượt quá những nhu cầu thực sự trong đời sống. Khi các vị thiền sư mô tả một cuộc sống bình thường "đói ăn, khát uống" thì chính là các vị đã thực sự đạt đến sự kiểm soát lòng ham muốn ở mức độ như thế.

Còn đối với những việc làm tốt đẹp của chúng ta thì sao? Động lực nào thúc đẩy chúng ta làm điều thiện? Có thật là con người sinh ra vốn đã sẵn tánh hiền thiện hay chăng?

Nếu xét theo những gì được nhìn thấy, thì hầu hết những hành vi tốt đẹp của chúng ta đều xuất phát từ nền tảng giáo dục văn hóa và môi trường đạo đức, tín ngưỡng mà chúng ta đã lớn lên trong đó. Điều này cũng dễ hiểu, bởi vì nếu loại bỏ đi những chuẩn mực văn hóa, đạo đức và tín ngưỡng thì chúng ta sẽ không thể căn cứ vào đâu để phân biệt giữa điều thiện với điều ác, giữa cái tốt với cái xấu.

Tuy nhiên, mọi chuẩn mực văn hóa, đạo đức, tín ngưỡng ban đầu cũng đều là do con người đặt ra. Vậy nếu xét cho cùng thì con người đã căn cứ vào đâu để hình thành nên những chuẩn mực ấy?

Câu trả lời cho vấn đề nằm ở một trong những bản năng tự nhiên vốn có không chỉ ở con người mà còn cả ở các loài vật: đó là bản năng thương yêu!

Chúng ta có thể dễ dàng thấy được bản năng thương yêu ở loài vật khi quan sát những con vật chăm sóc và trìu mến con cái của chúng. "Hổ dữ không ăn thịt con" là một câu tục ngữ quen thuộc được dựa trên sự quan sát sự thật này. Cho dù là chỉ có thể sống được nhờ ăn thịt, nhưng loài thú hung dữ này cũng chẳng bao giờ ăn thịt con mình. Dù không bị chi phối bởi bất cứ một chuẩn mực văn hóa, đạo đức, tín ngưỡng nào, nhưng chúng vẫn không thể làm được điều đó, bởi vì bản năng thương yêu nơi chúng không cho phép chúng làm như vậy.

Loài vật không chỉ thương yêu con cái của chính mình, mà còn có khả năng phát triển sự thương yêu, quyến luyến đối với những con vật sống cùng bầy đàn, đối với người nuôi dưỡng chúng, hoặc thậm chí đối với những người thường chơi đùa, tiếp xúc với chúng...

So với con người, lòng thương yêu của loài vật hạn chế hơn rất nhiều, vì chúng thiếu hẳn khả năng học hỏi, rèn luyện dựa vào những chuẩn mực văn hóa, đạo đức, tín ngưỡng do những thế hệ đi trước truyền lại. Vì thế, lòng thương yêu ở loài vật chỉ thuần túy là một bản năng tự nhiên, trong khi ở con người thì bản năng tự nhiên ấy đã được phát triển để trở thành một đức tính, một bản chất tốt đẹp có thể làm nền tảng cho hết thảy mọi ý nghĩ, lời nói và hành động. Do đó mà con người mới có thể mở rộng lòng thương yêu đến người khác, thậm chí đến cả muôn loài, muôn vật trong vũ trụ.

Điều này giải thích vì sao những vị tu sĩ khi tu học lâu năm có thể trở nên hiền từ, bao dung hơn là khi họ mới bước chân vào cửa Phật, và những ai may mắn được thường xuyên tiếp xúc, học hỏi với họ lâu ngày cũng dần dần phát triển được một tấm lòng thương yêu rộng mở hơn.

Bản năng thương yêu chính là nền tảng ban đầu để hình thành mọi chuẩn mực đạo đức, tín ngưỡng. Chúng ta có thể biết được điều này là vì khi phân tích so sánh, chúng ta không thể tìm ra được bất cứ một chuẩn mực đạo đức, tín ngưỡng nào đi ngược lại với lòng thương yêu. Trong suốt quá trình lịch sử tiến hóa của nền văn minh nhân loại, một thực tế đã được chứng minh là, bất cứ điều gì được nhận biết là đi ngược lại với lòng thương yêu đều sẽ dần dần bị đào thải.

Chế độ nô lệ là một ví dụ. Mặc dù đã tồn tại qua nhiều ngàn năm, nhưng khi được cộng đồng nhân loại nhận biết là đi ngược lại với lòng thương yêu, chế độ nô lệ đã phải chấm dứt. Bản án tử hình là một ví dụ khác. Mặc dù vẫn được một số người ủng hộ vì tính chất răn đe của nó, nhưng phần lớn các quốc gia trên thế giới ngày nay đã bãi bỏ án tử hình. Các quốc gia khác tuy chưa bãi bỏ hoàn toàn nhưng cũng đã hạn chế rất nhiều số lượng các bản án tử hình, và theo khuynh hướng hiện nay thì hy vọng là trong một tương lai không xa lắm sẽ không còn bản án tử hình trên khắp hành tinh chúng ta.

Bản năng thương yêu được nuôi dưỡng ngay từ khi ta mở mắt chào đời, bởi vì hầu hết chúng ta đều nhận được sự thương yêu trìu mến từ cha mẹ. Khi được thương yêu, người ta luôn có khuynh hướng đáp lại, và do đó mà phát triển được bản năng thương yêu vốn sẵn có nơi mình. Các nhà tâm lý học đã xác nhận điều này qua những kết quả nghiên cứu về sự phát triển tâm lý bất bình thường ở những đứa trẻ lớn lên trong môi trường thiếu vắng lòng thương yêu, chẳng hạn như khi gia đình tan vỡ, hoặc khi cha mẹ nghiện ngập và rơi vào nếp sống sa đọa...

Một hệ quả quan trọng của nhận xét này là không nên dùng bạo lực đối với trẻ em. Tuy đã bước vào thế kỷ 21, nhưng hiện nay vẫn còn không ít những bậc cha mẹ tin tưởng vào hiệu quả giáo dục của việc sử dụng đòn roi đối với con trẻ. Trong thực tế, cho dù bạn có thể nhìn thấy những đứa trẻ chịu sự giáo dục bằng đòn roi có vẻ như rất ngoan ngoãn, nhưng sự thật là chúng đang âm thầm chịu đựng nhiều sự ức chế tâm lý, thường xuyên sống trong sự lo lắng, sợ hãi, và sẵn sàng bộc phát những tính xấu một khi cảm thấy không có sự đe dọa của đòn roi.

Mặt khác, do sự kéo dài trạng thái ức chế tâm lý này, đứa trẻ có thể sẽ trở nên lầm lì ít nói hoặc cư xử thiếu cởi mở, khó hòa nhập với cộng đồng. Trong khi giao tiếp với cha mẹ hoặc những người lớn khác, trẻ cũng rất dè dặt và thường không mạnh dạn đưa ra những thắc mắc hoặc những nhận xét, ý kiến riêng của mình.

Khi bạn có đủ kiên nhẫn để giải thích cho trẻ hiểu được một việc làm nào đó là sai trái, không nên làm, trẻ sẽ tự có ý thức tránh không làm việc đó cũng như ý thức được trách nhiệm của mình nếu vi phạm điều sai trái đó. Nhưng khi bạn chọn cách giáo dục bằng roi vọt hoặc nói chung là những biện pháp đe dọa gây sợ hãi, trẻ chỉ có thể nhận biết một điều rằng đó là một hành vi bị cấm, một hành vi dẫn đến sự trừng phạt. Và do đó trẻ không có khả năng nhận thức được tính chất sai trái của hành vi bị ngăn cấm cũng như trách nhiệm của bản thân khi vi phạm hành vi sai trái đó. Sự kéo dài của tình trạng này sẽ hạn chế khả năng phát triển nhận thức của trẻ đối với môi trường chung quanh, và hình thành nơi trẻ một nếp sống thiếu quyết đoán cũng như thiếu tinh thần trách nhiệm.

Sự thương yêu là một nhu cầu thiết yếu không kém bầu sữa mẹ. Đối với trẻ con, nếu như dòng sữa mẹ luôn là dưỡng chất quý giá nhất giúp cơ thể phát triển tốt, thì sự thương yêu là yếu tố tối cần thiết để giúp cho một tâm hồn non trẻ phát triển theo hướng tốt đẹp nhất, với những đức tính tốt đẹp nhất. Bởi vì, mọi đức tính đều bắt nguồn từ lòng thương yêu, đều dựa trên nền tảng của lòng thương yêu. Chúng ta sẽ trở lại một cách chi tiết hơn với chủ đề này trong một phần sau nữa.

Một số người có thể không tin rằng lòng thương yêu là bản năng tự nhiên vốn có của con người, bởi một nhận xét trong thực tế là nếu không được giáo dục tốt, không được lớn lên trong môi trường đạo đức, tín ngưỡng tốt đẹp, con người thường không thể phát triển lòng thương yêu. Nhận xét này là hoàn toàn chính xác. Tuy nhiên, vấn đề là chúng ta cần phân biệt giữa lòng thương yêu như một bản năng với sự phát triển thực sự của lòng thương yêu ở mỗi con người.

Xét từ góc độ là một bản năng tự nhiên, lòng thương yêu hiện hữu từ thuở ban sơ ở tất cả mọi người. Tuy nhiên, để thực sự nuôi dưỡng và phát triển lòng thương yêu, chúng ta cần phải được giáo dục và rèn luyện trong một môi trường văn hóa, đạo đức, tín ngưỡng tốt. Nếu không có những điều kiện này, bản năng thương yêu thường sẽ không thể phát triển, và do đó con người có thể đi vào những con đường xấu ác thay vì là tốt đẹp.

Điều này cũng đúng với mọi bản năng khác trong tự nhiên. Như một con sói rừng chẳng hạn, luôn sẵn có những bản năng chống chọi và săn mồi để có thể tồn tại giữa thiên nhiên. Tuy nhiên, nếu chúng ta bắt một con sói con về nuôi dưỡng trong môi trường chung sống với con người, cung cấp đầy đủ thức ăn và mọi nhu cầu khác, điều tất nhiên là những bản năng nói trên sẽ không thể phát triển, và con vật có thể không có được những khả năng như một con sói rừng. Rõ ràng là sự phát triển của bản năng luôn đòi hỏi phải liên tục học tập và rèn luyện trong những môi trường thích hợp.

Chính từ việc nhận biết về bản năng thương yêu này mà Nho giáo đã tỏ ra lạc quan khi tin tưởng vào bản chất hiền thiện của con người. Tuy nhiên, nói rằng "con người sinh ra vốn tánh hiền lành" thì quả thật chưa hoàn toàn chính xác. Bởi vì, điều sẵn có của mỗi con người, như đã nói, thật ra chỉ mới là một bản năng tự nhiên, và cần phải có được các yếu tố giúp nuôi dưỡng, rèn luyện thì bản năng ấy mới có thể phát triển thành "tánh hiền lành". Vì thế, những ai không tin vào cái "tánh hiền lành" đó sẽ có thể dẫn ra không ít những trường hợp phát triển tính xấu ngay từ thuở nhỏ. Chúng ta chỉ có thể giải thích những trường hợp này như là sự thiếu phát triển của lòng thương yêu, và do đó không có nền tảng để hình thành những đức tính khác.

Khi nhận biết về bản năng thương yêu, chúng ta cũng đồng thời thừa nhận một thực tế là có sự khác biệt ngay từ khi sinh ra ở mỗi con người. Cũng tương tự như mọi bản năng khác, tuy là tất cả đều sẵn có, nhưng mức độ không bao giờ hoàn toàn giống nhau ở từng cá thể. Sự khác biệt ngay từ khi sinh ra thường được khoa học ngày nay quy về nguyên nhân di truyền, do ảnh hưởng của những gen khác nhau mà mỗi một cá thể nhận được từ cha mẹ. Tuy nhiên, vẫn có không ít những trường hợp mà cách giải thích này tỏ ra chưa hoàn toàn thỏa đáng.

Phật giáo dạy rằng những khác biệt như thế là do nghiệp lực khác nhau của mỗi cá nhân trước khi thọ nhận một đời sống mới. Cho đến nay, khoa học vẫn chưa thể chứng minh cụ thể được điều này. Vì thế, chúng ta chỉ có thể nhận biết dựa vào trực giác và đức tin mà thôi. Mặc dù vậy, không ai có thể phủ nhận được sự khác biệt giữa tất cả chúng ta ngay từ khi sinh ra, và điều đó hoàn toàn không thể lý giải bằng các yếu tố môi trường hay điều kiện sinh trưởng.

Do có sự khác biệt về bản năng, nên có những người rất dễ phát triển mạnh mẽ lòng thương yêu, ngay cả khi rơi vào những điều kiện khắc nghiệt nhất. Ngược lại, có những người cho dù gặp nhiều điều kiện môi trường thuận lợi mà vẫn thấy khó phát triển lòng thương yêu. Từ thực tế này mới nảy sinh những nhận xét trái ngược nhau như là: con người sinh ra vốn sẵn tánh hiền lành, hoặc con người sinh ra vốn sẵn tánh hung dữ...

Thật ra, cho dù có sự khác biệt như đã nói, nhưng điều quan trọng nhất là bất cứ ai trong chúng ta cũng đều sẵn có bản năng thương yêu, nên chỉ cần được giáo dục, rèn luyện đúng hướng, trong những môi trường đạo đức tốt đẹp, thì chắc chắn là mỗi người đều có thể phát triển được bản năng vốn có ấy để trở nên hiền lành, cao thượng. Phật giáo thể hiện rất rõ quan điểm này qua việc xem tất cả chúng sinh đều bình đẳng như nhau, và tất cả mọi người đều có khả năng tu tập để trở nên hiền thiện, đạt đến sự giác ngộ. Sự tu tập đó, xét cho cùng cũng không phải gì khác mà trước hết phải là sự học hỏi, rèn luyện để phát triển bản năng thương yêu vốn có của mỗi người.

Tóm lại, ngay từ khi mở mắt chào đời, mỗi chúng ta đều đứng trước một ngã ba đường. Trong khi bản năng thương yêu giúp ta có khả năng trở thành một người hiền thiện thì ý thức chấp ngã lại nuôi lớn lòng ham muốn và đẩy chúng ta vào con đường xấu ác. Vì thế, cuộc đối đầu giữa hai khuynh hướng thiện và ác trong mỗi người chúng ta, xét cho cùng chính là vấn đề phát triển lòng thương yêu hay nuôi lớn lòng ham muốn. Một khi hiểu rõ được bản chất thực sự của vấn đề như vậy, chúng ta sẽ thấy dễ dàng hơn trong việc chống lại khuynh hướng xấu ác và nỗ lực vươn lên hoàn thiện bản thân mình.

Suối nguồn yêu thương

Làng quê tôi ngày xưa không có giếng khoan, càng không có những nhà máy nước hiện đại như bây giờ. Nguồn nước ăn uống và sinh hoạt của cả làng chỉ nhờ vào một cái giếng chung mà không ai biết đã có tự bao giờ.

Nước giếng bốn mùa trong vắt, dù người dùng nhiều đến đâu cũng chưa bao giờ cạn. Mùa đông giá rét, nước múc lên từ giếng nóng ấm cả bàn tay. Mùa hè nóng bức, nước giếng lại mát rười rượi; được tắm nước giếng mới lấy về vào ban trưa thì sướng không gì bằng!

Năm ấy, chiến tranh thật khốc liệt. Đạn pháo nổ ì ầm suốt mấy ngày đêm, rơi cả vào trong làng. Dân làng sợ hãi kéo nhau lên thị xã ngụ cư, trong làng chẳng còn ai, cả đến gà vịt cũng chẳng dám để lại!

Rồi mấy tháng sau, cuộc chiến lắng dịu, mọi người lũ lượt kéo nhau về làng. Việc đầu tiên tất nhiên là phải đến giếng làng lấy nước. Nhưng khi đến nơi thì ai nấy đều thảng thốt: lòng giếng gần như khô cạn, chỉ còn lại một vũng nước nhỏ ngầu ngầu đục, nổi lều bều bên trên là mấy chiếc lá tre khô!

Trong khi chúng tôi đều hốt hoảng thì mấy cụ già có vẻ như vẫn thản nhiên. Họ bình tĩnh bảo mọi người lấy gàu đến múc nước. Rồi từng gàu, từng gàu nước ngầu đục được chúng tôi thay nhau múc lên khỏi giếng.

Nước dưới đáy giếng cạn dần, cạn dần. Nhưng thật bất ngờ và kỳ lạ thay, đến lúc chúng tôi tưởng như sắp múc lên gàu nước cuối cùng thì từ giữa giếng bỗng xuất hiện liên tục những sóng nước vòng tròn, trước chậm, sau nhanh dần, rồi cuối cùng chuyển thành những cuộn sóng nhỏ nổi cả lên trên mặt nước.

Rồi nước giếng dâng lên cao dần. Chúng tôi tiếp tục múc nhanh hơn. Nước không còn ngầu đục nữa mà ngày càng trong hơn, nhiều hơn. Chỉ khoảng nửa giờ sau thì những gàu nước múc lên đã hoàn toàn trong vắt như xưa, và lòng giếng cũng dâng đầy nước không còn khô cạn nữa.

Ngày ấy, tôi vẫn cho đó là điều kỳ lạ nhất trong đời mà mình đã từng được chứng kiến. Mãi về sau mới hiểu ra được vì sao có hiện tượng ấy. Đó là vì trong mấy tháng dài không người múc nước, bùn đất trong lòng giếng đã dần dần lắng xuống và bít đi mạch nước ngầm giữa giếng. Phần nước bên trên một phần thấm vào chung quanh, một phần bốc hơi, nên lòng giếng gần như khô cạn. Khi có người múc nước, bùn đất bị khuấy động và đồng thời nước bị múc cạn đi, làm cho mạch nước có khả năng bắt đầu tuôn chảy. Khi đã chảy được, nước đẩy dần lớp bùn đất lắng đọng bên dưới và khôi phục lại tình trạng như trước. Do đó, nước ngầm mới nhanh chóng dâng lên trong lòng giếng. Nếu hằng ngày đều có người múc nước, nước ngầm sẽ liên tục chảy và hiện tượng lắng bít mạch nước như trên không thể xảy ra.

Lòng thương yêu của chúng ta cũng là một mạch nước ngầm. Nếu chúng ta biết mở rộng lòng thương yêu, nguồn mạch thương yêu của chúng ta sẽ tuôn chảy mãi mãi không bao giờ cạn kiệt. Nhưng nếu chúng ta không có cơ hội - hoặc không tạo ra cơ hội - sử dụng đến khả năng thương yêu của mình, thì không bao lâu nguồn mạch ấy sẽ khô kiệt đi, không còn khả năng tuôn chảy nữa!

Điều này giải thích vì sao khi bắt đầu mở rộng lòng thương

yêu chúng ta sẽ càng dễ có khả năng cảm thông và thương yêu người khác nhiều hơn nữa, thậm chí cho đến cả các loài sinh vật khác. Ngược lại, những ai chưa từng thực hành lòng thương yêu sẽ cảm thấy vô cùng khó khăn để có thể thực sự cảm thông và yêu thương người khác, nhất là khi đó không phải là một người thân ruột thịt của họ.

Nhiều hiện tượng tâm lý rất thường gặp có thể giúp chúng ta thấy rõ hơn nhận xét này. Nếu bạn có dịp tiếp xúc với những người có hoàn cảnh sống cô độc và ít khi có dịp chăm sóc người khác - chẳng hạn như những người góa vợ, góa chồng và không con cái, hoặc những người chưa từng lập gia đình... - bạn sẽ dễ dàng cảm nhận ngay được một sự khô khan và khó tính rất thường gặp ở họ. Điều này thường được biểu hiện qua thói quen lầm lì ít nói, thiếu cảm thông và đôi khi lạnh lùng trong giao tiếp. Thật ra, hầu hết những người này trước đây không hẳn đã như thế, nhưng qua một thời gian sống cô độc và không có dịp để thương yêu, chăm sóc người khác, nên "nguồn mạch" thương yêu của họ đã dần dần khô kiệt, không còn tuôn chảy được nữa. Nếu trong số họ có những người biết chọn cho mình một lối sống thích hợp, dành thời gian thỏa đáng cho các hoạt động từ thiện xã hội hoặc tiếp xúc, chăm sóc cho người khác, chắc chắn họ sẽ có thể duy trì và phát triển được khả năng thương yêu vốn có của mình.

Một ví dụ khác là điều mà chúng ta hay gọi là "bản chất nghề nghiệp". Những người phải thường xuyên làm công việc cách ly hoặc hạn chế tiếp xúc với người khác cũng thường dễ trở nên lầm lì ít nói, và lâu dần sẽ trở thành khô khan, thiếu cảm thông và rất khó mở lòng thương yêu người khác. Trừ khi họ tự ý thức được điều này và có những sự điều chỉnh tâm lý thích hợp để có thể duy trì và phát triển được nguồn mạch yêu thương của mình.

Một người bạn tôi đã từng là bác sĩ trưởng khoa cấp cứu ở

một bệnh viện lớn. Có lần anh ta tâm sự với tôi: "Môi trường làm việc của chúng tôi không cho phép có sự cởi mở trong giao tiếp. Những câu hỏi của bệnh nhân hoặc thân nhân người bệnh thường không dễ trả lời, thậm chí đôi khi không thể trả lời. Vì thế, chúng tôi chỉ có cách duy nhất là im lặng hoặc ậm ừ cho qua chuyện. Lâu dần thành thói quen."

Mà quả đúng là lâu dần thành thói quen. Làm bạn với nhau khá lâu mà tôi rất ít khi thấy anh nói cười thoải mái như những người bạn khác. Đã có lần tôi đến nhà dùng cơm chung với vợ chồng anh - vợ anh cũng là bác sĩ - và tôi cảm nhận một bầu không khí im lặng nặng nề trong suốt bữa ăn. Có lẽ chẳng ai trong chúng ta mong muốn một cuộc sống thường xuyên như thế, nhưng chính ảnh hưởng của nghề nghiệp đã tạo nên như vậy.

Vì thế, điều tốt nhất mà mỗi chúng ta có thể tự làm cho bản thân mình là đừng bao giờ để cho nguồn mạch yêu thương của mình phải khô kiệt. Và để làm được điều đó, chúng ta không có cách nào khác hơn là phải thường xuyên khơi mở nguồn mạch ấy, bằng cách mở lòng thương yêu những người quanh ta. Cũng giống như mạch nước ngầm trong đáy giếng kia, suối nguồn yêu thương một khi được khơi mở sẽ có thể mãi mãi tuôn chảy không bao giờ khô cạn.

Nếu có một tài sản quý giá nào đó của chúng ta mà có thể dùng mãi không bao giờ hết, lại ngày càng trở nên nhiều hơn, thì đó chỉ có thể là lòng thương yêu! Vì quả thật là khi chúng ta càng thương yêu người khác thì lòng thương yêu của chúng ta càng có điều kiện để phát triển hơn lên chứ không bao giờ cạn kiệt.

Cách đây hơn 2500 năm, Lão tử đã từng nhận ra thứ tài sản quý giá này và tính chất của nó. Trong Đạo Đức Kinh, ông viết: "Ta có ba vật quý để ôm ấp gìn giữ. Một là lòng thương yêu, hai là tính kiệm ước, ba là sự khiêm hạ."[1]

Như vậy, ngay từ thời đại của mình, khi con người còn đang sống trong những cuộc chiến tranh giết chóc triền miên giữa các thế lực chính trị tranh giành quyền lực, Lão tử đã nhận ra được rằng lòng thương yêu chính là một trong các tài sản quý giá nhất mà mỗi con người đều sẵn có. Hơn thế nữa, ông cũng biết được rằng thứ tài sản này có thể dùng hoài không hết mà còn có thể ngày càng phát triển nhiều hơn. Ông viết: "Càng giúp người khác thì mình càng có nhiều hơn; càng cho người khác thì mình càng được nhiều hơn."[2]

Chúng ta ngày nay tự hào được sống trong một nền văn minh đỉnh cao của nhân loại với hàng ngàn phát minh khoa học mới lạ giúp cho cuộc sống con người trở nên cực kỳ tiện nghi, thoải mái, khác xa thời Lão tử, nhưng rất nhiều người trong chúng ta lại chưa từng hiểu và cảm nhận được hết những gì mà Lão tử đã từng nói ra cách đây hơn 25 thế kỷ. Quả thật là một sự thiếu sót vô cùng đáng tiếc. Bởi vì, sự thật là chỉ cần nhận ra được vốn quý thương yêu sẵn có của mình, chúng ta sẽ không phải phí nhiều thời gian chạy theo biết bao điều vô nghĩa, trong khi lại bỏ quên đi thứ tài sản quý giá vốn dĩ có thể giúp chúng ta tạo nên một cuộc sống an vui, hạnh phúc.

Hơn thế nữa, lòng thương yêu không chỉ là vốn quý của mỗi chúng ta, mà còn là một nhu cầu thiết yếu trong đời sống tinh thần. Chính vì vậy mà những ai thiếu thốn tình thương trong cuộc sống thường không thể có được một cuộc sống phát triển tinh thần bình thường. Mặt khác, khi được sống trong tình thương của người khác, chúng ta mới có thể

---

[1] Nguyên văn: 我有三寶，持而保之。一曰慈，二曰儉，三曰不敢為天下先。– *Ngã hữu tam bảo, trì nhi bão chi. Nhất* **viết từ, nhị viết kiệm, tam viết bất cảm vi thiên hạ tiên.** (Đạo Đức Kinh, chương 67)

[2] Nguyên văn: 既以為人己愈有，既以與人己愈多。– *Ký dĩ vi nhân kỷ dũ hữu; ký dĩ dữ nhân kỷ dũ đa.* (Đạo Đức Kinh, chương 81)

dễ dàng phát triển lòng thương yêu. Ngược lại, khi phải sống trong một môi trường khô khan tình cảm, chúng ta thường rất khó phát triển khả năng thương yêu của chính mình; và một khi chúng ta không thể mở rộng lòng thương yêu, chúng ta cũng sẽ rất hiếm khi nhận lại được sự thương yêu từ người khác.

Chính cái vòng luẩn quẩn như thế đã nhấn chìm biết bao cuộc đời trong đau khổ, chỉ bởi suối nguồn yêu thương của họ đã cạn kiệt không một lần khơi mở. Vì thế, để thoát ra khỏi tình trạng này chúng ta phải nhận biết và chủ động thực hành thương yêu như một phương cách duy nhất để khơi mở nguồn mạch yêu thương sẵn có của mình.

Trở lực của lòng thương yêu

Lòng thương yêu mang đến cho chúng ta những niềm vui thanh thản, nhẹ nhàng mà cao quý. Điều này mỗi người chúng ta đều có thể dễ dàng cảm nhận. Ngược lại, sự ích kỷ luôn mang đến những tâm trạng nặng nề, bực dọc. Điều này chúng ta cũng có thể dễ dàng cảm nhận. Tuy nhiên, mối tương quan đối kháng giữa hai khuynh hướng này lại là điều mà rất ít người quan tâm tìm hiểu.

Trong thực tế, sự ích kỷ luôn là trở lực lớn nhất ngăn cản chúng ta mở rộng lòng thương yêu. Trong một chừng mực nào đó, có thể nói rằng, nếu bạn trừ bỏ được lòng ích kỷ thì bản năng thương yêu của bạn sẽ có cơ hội phát triển nhanh chóng một cách tự nhiên để mang lại cuộc sống hạnh phúc cho bạn.

Tuy nhiên, vấn đề không hoàn toàn đơn giản như thế. Mặc dù là những khuynh hướng đối nghịch nhau, nhưng yêu thương và ích kỷ chưa bao giờ tồn tại theo cách "một còn một mất" như thế. Trong thực tế, bao giờ chúng cũng song song tồn tại nơi mỗi người chúng ta. Và vì khuynh hướng trái ngược nhau, nên yếu tố này sẽ chi phối yếu tố kia theo hướng gây trở lực. Nói một cách khác, khi lòng thương yêu được phát triển thì tính ích kỷ sẽ bị hạn chế; và ngược lại, khi bạn nuôi dưỡng tính ích kỷ thì lòng thương yêu sẽ không thể phát triển được.

Sự thật này đã tạo ra những mâu thuẫn nội tại trong bản thân mỗi người chúng ta. Đôi khi, đứng trước một quyết định nào đó, bản thân ta thường bị giằng co giữa hai khuynh hướng. Trong khi tính ích kỷ luôn thôi thúc ta giành lấy mọi nguồn lợi về mình thì lòng thương yêu lại hướng ta đến việc chia sẻ và giúp đỡ người khác. Mâu thuẫn tất yếu ở đây là, chúng ta không thể cùng lúc đạt được cả hai mục đích. Vì thế, việc chọn một trong hai bao giờ cũng là một quyết định khó khăn và đòi hỏi nhiều nghị lực.

Nếu bạn đã từng đứng trước một sự giằng co chọn lựa tương tự như tôi vừa nói, bạn mới có thể hiểu được thế nào là "khó khăn và đòi hỏi nhiều nghị lực". Những người sống buông thả thường rất ít khi trải qua tâm trạng giằng co này, và vì thế họ không thể hiểu được sự khó khăn của nó. Chỉ khi nào nhận ra được ý nghĩa đích thực của đời sống và biết quay về cuộc sống hướng thượng thì họ mới có dịp đối mặt với tâm trạng khó khăn này.

Lão tử từng nói: "Thắng được người khác là có sức; thắng được chính mình là mạnh mẽ."[1]

Thắng được chính mình, hay tự thắng, đó chính là sự vượt qua những khuynh hướng xấu ác trong tự thân mình. Người có thể tự thắng thì mới có thể vươn lên hoàn thiện bản thân. Người không thể tự thắng thì chỉ có thể sống nô lệ cho dục vọng, luôn bị những khuynh hướng xấu ác dắt dẫn và dễ dàng đắm sâu vào tội lỗi.

Người xưa nói: Nhân vô thập toàn. Con người không có ai là toàn thiện! Những khuynh hướng xấu ác, lầm lỗi là phổ biến ở tất cả mọi người. Tuy nhiên, sự khác biệt ở mỗi người chính là ở sự quyết tâm và khả năng vượt qua được những trở lực đó để có thể không ngừng vươn lên hoàn thiện chính mình.

Vì thế, việc nhận ra được tính ích kỷ như một trở lực

[1] Nguyên văn: 勝人者, 有力也 。自勝者, 強也 。– *Thắng nhân giả, hữu lực dã. Tự thắng giả, cường giả* (Đạo Đức Kinh, chương 33)

trong sự phát triển lòng thương yêu không hoàn toàn đồng nghĩa với việc vượt qua được trở lực ấy, cho dù là ngay cả sự nhận biết trở lực này đôi khi cũng đã rất khó khăn vì những biểu hiện vô cùng tinh tế của nó.

Lấy một ví dụ nhỏ như sự ganh tị chẳng hạn. Vì sao chúng ta đôi khi thấy khó chịu trước những thành công của người khác, ngay cả khi điều đó không trực tiếp ảnh hưởng đến mình? Mặc dù sợi dây liên hệ ở đây là vô cùng mỏng manh và rất khó nhận ra, nhưng điều gây khó chịu cho ta không gì khác hơn mà chính là lòng ích kỷ. Tự sâu trong lòng mình, chúng ta luôn có cảm giác rằng những thành công của người khác bao giờ cũng là trở lực cho sự thành công của mình trong tương lai. Điều này không phải bao giờ cũng đúng, nhưng khuynh hướng ích kỷ lại luôn gợi lên trong ta cách suy nghĩ ấy. Nếu có thể dẹp bỏ được lòng ích kỷ, chắc chắn là những ý nghĩ ganh tị như thế sẽ không thể khởi lên.

Một ví dụ khác là sự ghen tuông. Hầu hết chúng ta thường nghĩ rằng sự ghen tuông là biểu hiện của tình yêu, bởi không yêu thì làm sao người ta có thể ghen tuông? Thậm chí đã có một thời thịnh hành quan điểm "gái hay ghen chồng là gái yêu chồng". Tuy nhiên, sự thật thì điều này lại hoàn toàn không đúng. Sự hiện hữu của tình yêu ở đây là có thật, nhưng sự ghen tuông không hoàn toàn xuất phát từ tình yêu mà lại chính là một biểu hiện của lòng ích kỷ. Bởi vì kèm theo với lòng thương yêu ở đây là một ý thức chiếm hữu cho riêng mình. Và chỉ khi nào bị chi phối bởi ý thức chiếm hữu đó thì người ta mới phát khởi lòng ghen tuông.

Điều này giải thích cho nhiều trường hợp hy sinh cao đẹp trong tình yêu, khi người ta thực sự chiến thắng được lòng vị kỷ và chỉ hoàn toàn nghĩ đến hạnh phúc của người mình yêu. Trong những trường hợp này, chúng ta không thể tìm thấy bất cứ dấu hiệu nào của sự ghen tuông. Ngược lại, nếu không thắng được khuynh hướng ích kỷ, người ta sẽ sẵn sàng làm bất cứ điều gì để thỏa mãn sự ghen tuông của mình, ngay cả khi biết chắc rằng điều đó sẽ gây tổn hại cho người mình thương yêu.

Vì thế, lòng thương yêu một khi bị chi phối bởi tính ích kỷ sẽ bị biến dạng theo từng mức độ. Khi bạn thương yêu ai đó mà không bị sự chi phối của tính ích kỷ, tình thương đó mới thực sự là chất liệu giúp bạn có được niềm vui thanh thản và hạnh phúc trong cuộc sống. Ngược lại, khi bị tính ích kỷ chi phối, lòng thương yêu sẽ trở nên hẹp hòi, bị giới hạn bởi tính ích kỷ, và do đó không thể thực sự mang lại hạnh phúc cho đời sống.

Một phụ nữ sau khi có con lần đầu tiên sẽ nảy sinh tình thương yêu vô bờ bến đối với đứa con bé bỏng của mình. Tình thương đó sẽ có thể giúp cô trở nên dễ cảm thông hơn, cởi mở hơn và mở lòng thương yêu những đứa trẻ khác nhiều hơn nữa. Vì thế, sự khác biệt giữa một phụ nữ đang nuôi con với một phụ nữ sống cô độc chưa từng có con cái thường là điều rất dễ nhận ra.

Tuy nhiên, nếu tình thương đó chịu sự chi phối nặng nề bởi tính ích kỷ, trong lòng người mẹ ấy sẽ nảy sinh một ranh giới phân biệt rạch ròi giữa con mình và những đứa trẻ khác. Khuynh hướng này thôi thúc cô làm mọi điều có lợi cho con mình và ngăn cản cô thương yêu những đứa trẻ khác. Vì thế, lòng thương yêu của cô giờ đây không chỉ hoàn toàn là tình thương, mà đã có sự chi phối của tính ích kỷ làm cho nó biến dạng đi và trở nên hẹp hòi, giới hạn.

Những ảnh hưởng tương tự như vậy của tính ích kỷ có thể nhận ra trong rất nhiều trường hợp. Vì thế, nếu bạn không có được niềm vui thanh thản và hạnh phúc thực sự khi thương yêu, có nhiều khả năng là tình thương của bạn đã bị chi phối bởi tính ích kỷ. Khi tình thương bị chi phối bởi tính ích kỷ, nó có thể mang đến cho chúng ta khổ đau thay vì là hạnh phúc. Ngược lại, nếu loại trừ được tính ích kỷ, chúng ta sẽ dễ dàng có được sự cảm thông và chia sẻ của một tình thương chân thật, và do đó chỉ có thể cảm nhận được một cuộc sống hạnh phúc hơn chứ không phải là nặng nề hơn.

Trong trường hợp này, những gì được gọi là hạnh phúc hay khổ đau không phải do những điều kiện vật chất hay môi trường sống quanh ta quy định. Một nhân viên Hồng thập tự khi hoạt động trên chiến trường sẽ phải chịu đựng mọi gian khổ thiếu thốn không khác gì những binh sĩ trên chiến trường ấy. Nhưng nếu như những người lính đang chiến đấu có thể luôn cảm thấy khổ đau vì phải sống xa gia đình, vì phải chịu đựng nhiều gian lao vất vả, thì người nhân viên tình nguyện ấy lại luôn có được một tâm hồn thanh thản và vui sống hạnh phúc, bởi vì anh ta đang thực hiện được tâm nguyện của mình, xuất phát từ lòng thương yêu chân thật đối với những con người.

Tương tự, một bác sĩ trực ca đêm nếu không có lòng thương yêu sẽ có thể cảm thấy bực dọc, không hài lòng với khoản thù lao còm cõi mà mình nhận được. Nhưng nếu ông ta thực sự có lòng thương yêu và chăm sóc cho từng bệnh nhân với lòng thương yêu chân thật đó, ông ta sẽ cảm thấy một niềm hạnh phúc vô biên khi được thực hiện công việc này, cho dù thể xác ông phải thường xuyên chịu đựng sự mỏi mệt.

Do đó, chúng ta không thể thực hành lòng thương yêu chân thật nếu như không vượt qua được trở lực của lòng vị kỷ. Mặt khác, như đã nói, lòng vị kỷ là một tên gọi khác - cho dù là không đầy đủ - của ý thức chấp ngã. Vì thế, chúng ta sẽ không thể trừ bỏ lòng vị kỷ nếu như không hiểu và thực hành được tinh thần vô ngã như đã có dịp đề cập đến trước đây.

Khi thực hành tinh thần vô ngã, chúng ta mới có thể vượt thoát ra khỏi sự ràng buộc của những ham muốn vô nghĩa được xây dựng quanh ý niệm sai lầm về một “cái ta” không thực có. Khi ấy, lòng ham muốn sẽ không có điều kiện nuôi dưỡng để có thể phát triển vượt quá những nhu cầu thực sự của chúng ta. Và một khi được giới hạn trong phạm vi của những nhu cầu thực sự như “đói ăn, khát uống”, lòng ham muốn sẽ không còn là điều kiện phát triển cho ý thức chiếm hữu cũng như lòng ích kỷ. Như vậy, chúng ta mới có thể dễ dàng vượt qua được khuynh hướng xấu ác của lòng ích kỷ và phát triển được lòng thương yêu ngày càng rộng mở.

Nếu chúng ta có thể vượt qua trở lực của lòng vị kỷ với những nhận thức đúng như trên, đó là chúng ta đã giải quyết vấn đề từ gốc đến ngọn. Ngược lại, nếu không nhận thức được như vậy mà chỉ đơn thuần đối mặt với khuynh hướng xấu ác của lòng vị kỷ và cố sức để vượt qua, chúng ta sẽ luôn cảm thấy vô cùng khó khăn, bởi đó là cách giải quyết vấn đề theo hướng ngược lại: từ ngọn đến gốc!

Thương yêu và rộng mở tâm hồn

Đức Phật có dạy bốn trạng thái tâm hồn rộng mở, gọi là Tứ vô lượng tâm, bao gồm các tâm Từ vô lượng, Bi vô lượng, Hỷ vô lượng và Xả vô lượng. Một cách ngắn gọn hơn, chúng ta thường gọi chung các tâm vô lượng này là từ bi hỷ xả.

Đã từ lâu, từ bi hỷ xả được hầu hết mọi người biết đến như là những nét đặc trưng của giáo lý nhà Phật, và vì thế nên đây cũng là những biểu hiện tất yếu phải có ở những người học hỏi và tu tập Phật pháp.

Nói một cách khái quát thì từ bi hỷ xả là bốn trạng thái tâm hồn có thể rộng mở đến mức không thể đo lường (vô lượng), không có giới hạn.

Lòng từ là trạng thái luôn mong muốn mang lại niềm vui cho người khác, trong khi lòng bi lại là trạng thái mong muốn chấm dứt mọi khổ đau mà người khác đang gánh chịu.[1] Vì thế, khi lòng từ bi sinh khởi thì chúng ta sẽ luôn mong muốn làm bất cứ điều gì để mang lại niềm vui cũng như để chia sẻ, giảm nhẹ mọi khổ đau. Và vì lòng từ bi có thể rộng mở đến mức không thể đo lường (vô lượng tâm) nên đối tượng của nó không bao giờ giới hạn. Khi thực hành lòng từ bi, chúng ta không chỉ quan tâm đến người khác theo nghĩa hẹp của từ, mà còn là sự quan tâm rộng mở đến hết thảy muôn loài, muôn vật.

Hỷ và xả là hai trạng thái tinh thần có thể giúp chúng ta đạt đến sự thanh thản, an vui. Hỷ có nghĩa là vui, nhưng ở đây là một niềm vui nội tại, tự sinh khởi trong lòng ta mà không phải do nơi sự thỏa mãn đối với các đối tượng bên

[1] Từ năng dữ lạc, bi năng bạt khổ. (慈能與樂, 悲能拔苦 。).

ngoài. Vì thế, người tu tập lòng hỷ có thể lúc nào cũng đạt được niềm vui chân thật mà không chịu những ảnh hưởng tác động từ ngoại cảnh. Xả có nghĩa là từ bỏ, buông bỏ. Người tu tập lòng xả sẽ buông bỏ hết thảy những định kiến phân biệt và sự tham đắm, vướng mắc nơi ngoại cảnh, và nhờ đó mà đạt đến sự bình đẳng sáng suốt trong nội tâm.

Như đã nói, từ bi hỷ xả là những trạng thái tâm hồn có thể rộng mở đến mức không thể đo lường. Tuy nhiên, đó không phải là một tiến trình tự nhiên mà phải là kết quả của một sự nỗ lực tu tập, rèn luyện không ngừng. Hơn thế nữa, việc tu tập các tâm từ bi hỷ xả còn là yêu cầu tất yếu của tất cả những người học Phật. Cho dù chọn tu theo bất cứ pháp môn nào, nếu không có sự thực hành và rèn luyện các tâm từ bi hỷ xả thì người tu tập chắc chắn sẽ không thể đạt đến những kết quả tốt đẹp về mặt tinh thần.

Sự thực hành và rèn luyện sẽ giúp cho các tâm từ bi hỷ xả ngày càng rộng mở không giới hạn, do đó mà trở thành nguồn sức mạnh vô song giúp người tu tập có thể vượt qua được mọi khó khăn, thử thách.

Mặt khác, cần biết rằng không thể có sự tu tập riêng rẽ một trong các tâm từ bi hỷ xả. Sự tu tập và thực hành các tâm này bao giờ cũng có một mối tương quan chặt chẽ, thúc đẩy lẫn nhau. Vì thế, khi phát khởi một trong bốn tâm vô lượng này thì các tâm khác cũng tự nhiên sinh khởi; khi một trong các tâm này được phát triển lớn mạnh thì các tâm còn lại cũng theo đó mà phát triển lớn mạnh.

Nếu xét kỹ, chúng ta có thể thấy rằng mối quan hệ giữa bốn tâm vô lượng vừa là mối quan hệ nhân quả, lại vừa là mối quan hệ tương sinh. Vì thế, trong trường hợp này thì nhân cũng chính là quả, và quả cũng chính là nhân.

Như đã nói, khi lòng từ sinh khởi, chúng ta mong muốn

mang lại niềm vui cho người khác. Và muốn thực hiện điều đó, chúng ta không thể không chia sẻ hoặc làm giảm nhẹ đi những khổ đau mà người ấy đang gánh chịu. Vì thế, lòng bi cũng nhân đó mà sinh khởi. Điều này giải thích vì sao chúng ta luôn nghe nói đến từ bi như một đức tính duy nhất chứ không phải là hai tính chất riêng rẽ.

Khi chúng ta tu tập lòng hỷ, chúng ta sẽ không bao giờ đạt đến sự an vui nếu không buông bỏ được những định kiến phân biệt cũng như sự tham đắm, vướng mắc nơi ngoại cảnh. Vì thế, nếu thực hành lòng hỷ thì tất yếu cũng phải thực hành lòng xả. Không thực hành được lòng xả thì không thể có lòng hỷ. Ngược lại, khi thực hành tâm buông xả thì tất yếu trong lòng sẽ đạt được sự nhẹ nhàng thanh thản, và do đó mà có thể sinh khởi tâm an vui một cách tự nhiên. Điều này giải thích vì sao hỷ và xả luôn đi đôi với nhau như hai yếu tố không thể tách rời.

Mặt khác, việc thực hành lòng từ bi cũng không thể tách rời với việc thực hành hỷ xả. Nếu trong lòng ta chứa đầy những định kiến phân biệt và vướng mắc, tham đắm, ta sẽ không có khả năng thực hành lòng từ bi. Ngược lại, chính nhờ vào việc thực hành lòng từ bi mà chúng ta mới có thể dễ dàng đạt được các tâm hỷ xả.

Vì thế, một mặt chúng ta có thể nói rằng nhờ có từ bi mà đạt được hỷ xả, nên từ bi là nhân, hỷ xả là quả. Nhưng mặt khác chúng ta lại thấy rằng hỷ xả là yếu tố cần thiết để phát triển lòng từ bi, nên không có hỷ xả thì cũng không thể có từ bi, và do đó mà có thể nói rằng từ bi và hỷ xả là những trạng thái tương sinh, khi cái này sinh thì tất yếu cái kia cũng phải sinh.

Do mối quan hệ nhân quả và tương sinh như trên, nên việc tu tập bốn tâm vô lượng có thể hình dung như người lăn một bánh xe có bốn nan hoa. Khi một nan hoa chuyển động thì bánh xe chuyển động, và những nan hoa còn lại tất yếu cũng phải chuyển động theo.

Vì thế, tuy nói là bốn tâm mà thật ra cũng chỉ là một. Nhưng đã là một, vì sao vẫn phải phân ra làm bốn? Vì từ bi hỷ xả vẫn là những trạng thái khác nhau, và vì mỗi người trong chúng ta đều có những khác biệt nhất định. Có những người dễ sinh khởi lòng từ hoặc lòng bi, nhưng lại có những người khác cảm thấy dễ dàng hơn khi khởi sự thực hành lòng hỷ hoặc lòng xả. Nhưng cho dù sự khởi đầu tu tập có thể khác nhau mà kết quả vẫn đạt đến như nhau, đó là vì tính chất tương sinh của bốn tâm này như đã nói.

Thật ra thì lòng từ bi cũng chính là lòng thương yêu chân thật mà chúng ta đang đề cập. Chỉ cần xét đến những tính chất "cứu khổ, ban vui" thì chúng ta có thể thấy ngay sự đồng nhất giữa hai khái niệm này. Tuy vậy, hầu hết kinh luận thường ít khi đề cập đến lòng thương yêu bằng chính tên gọi này, mà rất thường gọi là lòng từ bi. Ngoài những ảnh hưởng không thể phủ nhận từ kinh văn chữ Hán, sự phân biệt tên gọi như thế thực ra còn là để loại trừ đi những nhầm lẫn đáng tiếc rất thường gặp. Bởi vì danh từ "thương yêu" từ lâu đã bị lạm dụng quá nhiều nên có một sự tục hóa về ngữ nghĩa, và do đó mà rất ít người trong chúng ta còn có thể hiểu được một cách chính xác và đầy đủ ý nghĩa của nó.

Như chúng ta đều biết, từ bi (慈悲) là một danh từ Hán Việt, ban đầu vốn chỉ được dùng như một thuật ngữ trong Phật giáo,[1] nhưng dần dần đã được hầu hết mọi người biết đến. Mặc dù vậy, do nguồn gốc thuật ngữ Hán Việt của nó nên người ta vẫn luôn có một ấn tượng trang trọng và xa cách hơn so với cụm từ tương đương trong tiếng Việt là lòng thương yêu. Mặt khác, do những nhận thức sai lầm và nhầm

[1] Danh từ từ bi đã được dùng để chuyển dịch nguyên ngữ tiếng Phạn (Sanskrit) là maitrī-karuṇā.

lẫn đối với ý nghĩa của lòng thương yêu nên người ta ít khi nhận ra được rằng thương yêu hay từ bi vốn dĩ cũng chỉ là cùng một khái niệm.

Một trong những nhầm lẫn thường gặp nhất là sự thiếu phân biệt giữa thương yêu và ái dục hay luyến ái. Như đã nói, lòng thương yêu thường bị chi phối bởi sự ích kỷ tiềm tàng trong mỗi con người, với từng mức độ khác nhau. Chính sự ích kỷ này thúc đẩy những ham muốn - trong đó có cả ái dục - tạo ra một sự khao khát chiếm hữu đối tượng. Tuy nhiên, do thiếu một nhận thức đúng đắn nên chúng ta thường nhầm lẫn giữa sự khao khát chiếm hữu này với những động lực chân chính của lòng thương yêu.

Hệ quả tất yếu là một sự nhầm lẫn giữa lòng thương yêu chân thật với những khao khát được tạo ra bởi lòng ham muốn. Mặt khác, ranh giới phân biệt như vừa nói thường rất khó nhận ra do có sự pha trộn lẫn nhau của các yếu tố. Vì thế, nếu chúng ta không có một sự phân tích khách quan và những hiểu biết sâu sắc về căn nguyên của từng vấn đề thì cũng rất khó để có thể nhận rõ được.

Lấy ví dụ như lòng thương yêu của một người mẹ dành cho đứa con. Lòng thương yêu chân thật ấy sẽ thôi thúc người mẹ sẵn sàng nhận chịu mọi sự khổ đau thay cho con mình, cũng như luôn sẵn lòng làm bất cứ điều gì để cho đứa con được vui.

Khi đứa con dần lớn lên và ngày càng vươn xa ra cuộc sống bên ngoài xã hội, người mẹ có thể cảm thấy một sự mất mát và chợt bắt đầu nảy ra ý nghĩ phải giữ đứa con đó lại bên mình. Nếu ý tưởng này trở nên lớn mạnh đủ để chi phối lời nói và việc làm, bà ta sẽ rất có khả năng gây thương tổn cho đứa con. Sự thật là đã có rất nhiều bậc cha mẹ không ngần ngại can thiệp vào sự lựa chọn nghề nghiệp, hôn nhân, đời sống... của con cái - và vì thế mà gây ra những khổ đau, thương tổn cho chúng - cũng chính là xuất phát từ ý tưởng sai lầm này.

Nhưng do đâu mà có ý tưởng sai lầm này? Chính là do ý thức chiếm hữu đã âm thầm phát triển và chi phối, làm cho lòng thương yêu của người mẹ không còn là một sự thương yêu hoàn toàn chân thật nữa. Khi chúng ta so sánh với những bậc cha mẹ thật lòng thương yêu con cái mà không chịu sự chi phối của ý thức chiếm hữu, chúng ta sẽ thấy được những tấm gương hy sinh chói sáng và không bao giờ họ gây ra những sự thương tổn để con cái phải gánh chịu.

Như đã nói, khi lòng thương yêu bị chi phối bởi sự ích kỷ thì đó sẽ không còn là lòng thương yêu chân thật nữa. Và vì thế mà nó cũng mất đi khả năng mang lại cho chúng ta sự an vui thanh thản trong tâm hồn. Tuy vậy, nhiều người không nhận ra được sự chi phối của tính vị kỷ, vì thế họ lầm tưởng rằng chính sự thương yêu đã mang lại cho họ những khổ đau và thương tổn!

Trong thực tế, lòng thương yêu chân thật luôn là động lực thôi thúc chúng ta chia sẻ mọi khổ đau và mang lại niềm vui cho người mình thương yêu. Và đây cũng chính là định nghĩa được dùng để mô tả lòng từ bi: "Lòng từ có thể mang lại niềm vui, lòng bi có thể xua tan đau khổ." Một khi lòng thương yêu không thể mang lại niềm vui và xua tan đau khổ, đó không còn là lòng thương yêu chân thật nữa.

Như vậy, qua sự phân tích này chúng ta có thể thấy được là rất nhiều người đã hiểu sai về lòng thương yêu. Và thay vì điều chỉnh lại những sai lầm về mặt nhận thức, người ta lại thường chọn cách dùng danh từ "từ bi" để chỉ cho lòng thương yêu chân thật, và do đó mà bỏ qua đi sự ngộ nhận về ý nghĩa thực sự của lòng thương yêu.

Tuy nhiên, nhận thức sai lầm này nếu không được nhận rõ sẽ lại tiếp tục dẫn đến những sai lầm khác. Bởi vì thật ra thì nhiều người trong chúng ta có thể cảm thấy gần gũi và dễ dàng tiếp nhận ý nghĩa chân thật của lòng thương yêu, nhưng thường thấy xa lạ khi nghe nói đến lòng từ bi vì có cảm giác rằng đó là một phẩm chất siêu việt chỉ có ở các vị Phật và Bồ Tát. Do đó, hiểu đúng về lòng thương yêu chính là phương cách giúp chúng ta có thể lấy lại sự tự tin nơi chính mình, bởi vì nuôi dưỡng và phát triển lòng thương yêu là điều chắc chắn mỗi chúng ta đều có thể làm được, trong khi nói đến việc tu tập lòng từ bi thì sẽ có rất nhiều người thường cảm thấy e ngại vì sợ là vượt quá sức mình!

Một khi hiểu được rằng lòng thương yêu chân thật cũng chính là lòng từ bi với đặc điểm "cứu khổ, ban vui", chúng ta sẽ thấy không cần thiết phải quan tâm đến vấn đề tên gọi nữa. Bởi cho dù có sử dụng tên gọi nào thì bản chất thực sự của vấn đề cũng đều không thay đổi!

Vì thế, thực hành lòng thương yêu chân thật cũng chính là tu tập lòng từ bi, cho dù cách nói sau nghe có vẻ trang trọng hơn nhiều. Hiểu được điều này, chúng ta sẽ thấy rằng những phương thức tu tập lòng từ bi - chẳng hạn như phép quán từ bi - thật ra cũng không phải là quá xa vời như nhiều người lầm tưởng. Việc thực hành phép quán từ bi có thể được thực hiện bởi bất cứ ai, và chắc chắn sẽ mang lại những lợi ích lớn lao về mặt tinh thần.

Cho dù chúng ta chưa thể đạt đến những tâm lượng rộng lớn vô biên như chư Phật, Bồ Tát, nhưng điều chắc chắn là sự thực hành lòng thương yêu sẽ giúp tâm hồn chúng ta rộng mở hơn, xóa bỏ dần đi những giới hạn chật hẹp đã tạo ra do sự tham lam, ích kỷ và vô số những định kiến phân biệt trong cuộc sống.

Nền tảng của mọi điều lành

Lần đầu tiên khi tìm hiểu về sáu pháp ba-la-mật,[1] tôi đã không khỏi ngạc nhiên và thậm chí có phần nghi ngại khi trong sáu pháp này không thấy nói đến lòng thương yêu. Phải qua một thời gian khá lâu, nhờ vào những trải nghiệm thực sự trong đời sống tôi mới có thể hiểu ra được phần nào vấn đề. Từ đó, sự nghi ngại này mới dần dần tan biến đi và thay vào đó là một nhận thức toàn diện hơn về lòng thương yêu.

Sự thật là, nếu không có lòng thương yêu thì chúng ta sẽ không thể hiểu và thực hành một cách sâu sắc các pháp ba-la-mật. Ngược lại, việc thực hành sáu pháp ba-la-mật lại có thể giúp chúng ta nuôi dưỡng và làm phát triển lòng thương yêu vốn có của mình. Vì thế, tuy không nói đến lòng thương yêu nhưng thực tế là các pháp ba-la-mật vốn dĩ đã đặt nền tảng trên lòng thương yêu, và sự thực hành các pháp ấy chính là những điều kiện tất yếu cho sự phát triển của lòng thương yêu.

Lấy ví dụ như pháp bố thí chẳng hạn. Cho dù chúng ta có thể thực hành bố thí mà không có sự phát khởi lòng thương yêu, nhưng sự bố thí như thế chắc chắn sẽ chỉ là những hành vi máy móc, khô cứng. Chỉ khi nào trong lòng ta có được sự thương yêu tràn ngập thì việc bố thí của ta mới thực sự sâu sắc, và do đó mới mang lại hiệu quả tốt đẹp nhất trong việc hoàn thiện bản thân mình.

---

[1] Sáu pháp *ba-la-mật*, hay còn gọi là *lục độ (六度)*, là sáu phương pháp tu tập của hàng Bồ Tát, được xem như phương tiện giúp người tu tập đạt đến sự giải thoát. Sáu pháp này bao gồm: *bố thí, trì giới, nhẫn nhục, tinh tấn, thiền định* và *trí huệ*.

Ngay từ những đoạn mở đầu kinh Kim Cang, đức Phật đã dạy rằng: "Nếu Bồ Tát bố thí với tâm không trụ tướng, phước đức ấy chẳng thể suy lường."[1]

"Tâm không trụ tướng" chính là trạng thái lìa bỏ mọi sự tham đắm nơi âm thanh, hình sắc, cho đến mọi sự êm dịu thỏa mãn đối với tất cả các giác quan. Mà những sự tham đắm như thế thật ra đều là bắt nguồn từ ý thức chấp ngã, đều do nơi sự vun đắp cho một "cái ta" vốn không thực có. Vì thế, chỉ có sự thực hành tinh thần vô ngã mới giúp ta đạt được "tâm không trụ tướng", và một khi "tâm không trụ tướng" thì hành vi bố thí sẽ không còn được thực hiện với sự phân biệt giữa người cho và người nhận, cũng không có cả sự phân biệt vật bố thí là lớn, nhỏ, nhiều, ít... Khi ấy, trong lòng chúng ta chỉ có một sự thương yêu tràn ngập, và xuất phát từ lòng thương yêu chân thật đó mà ta thực hành việc bố thí, cho nên mới có thể nói là "phước đức ấy chẳng thể suy lường".

Như đã nói, chính do sự ngăn ngại của ý thức chấp ngã mà chúng ta không thể phát khởi lòng thương yêu. Vì thế, một khi đạt đến tâm vô ngã thì lòng thương yêu sẽ tự nhiên sinh khởi và phát triển. Nhiều người không hiểu được điều này, lầm tưởng rằng việc tu tập là nhằm đạt đến một "tâm không" trống rỗng, như thế có khác gì gỗ đá vô tri? Tâm không của người tu tập sở dĩ khác với gỗ đá vô tri chính là do có sự thương yêu tràn ngập bình đẳng đối với muôn loài mà hoàn toàn không phải là "rỗng không" vô nghĩa!

Vì thế, cách tốt nhất để thực hành hạnh bố thí một cách sâu sắc là nuôi dưỡng và phát triển lòng thương yêu. Khi có lòng thương yêu chân thật thì dù là bố thí cho ai, bố thí vật gì cũng đều có thể mang lại phước đức không thể suy lường.

---

[1] *Nhược Bồ Tát bất trụ tướng bố thí, kỳ phước đức bất khả tư lương.* – 若菩薩不住相布施，其福德不可思量。- Kinh Kim Cang, bản dịch Hán văn của ngài *Cưu-ma-la-thập*.

Ngược lại, không có lòng thương yêu thì cho dù có bỏ ra rất nhiều tài vật, bố thí cho rất nhiều người, sự bố thí ấy cũng chỉ là một sự gieo nhân lành vật chất mà không thể mang lại nhiều lợi lạc về mặt tinh thần.

Việc thực hành trì giới cũng vậy. Khi không có lòng thương yêu thì giới luật chỉ là những khuôn khổ cứng nhắc mà người tu tập buộc phải tuân theo. Nhưng một khi đã sinh khởi được lòng thương yêu thì mỗi một điều trong giới luật đều sẽ trở thành biểu hiện cụ thể của lòng thương yêu.

Lấy ví dụ như giới sát sinh chẳng hạn. Người giữ giới này mà không có lòng thương yêu sẽ luôn có cảm giác gò bó, trói buộc, cho dù không sát sinh nhưng trong lòng vẫn không thể trừ hết những ý niệm xấu ác. Ngược lại, nếu như nuôi dưỡng được lòng thương yêu chân thật thì việc không sát sinh sẽ chẳng còn là sự bắt buộc theo giới luật nữa, mà trở thành một biểu hiện cụ thể của lòng thương yêu đối với muôn loài. Vì thế mà những ý niệm xấu ác không thể tồn tại trong lòng ta được nữa.

Cho đến các pháp nhẫn nhục, tinh tấn, thiền định, trí huệ, tất cả cũng đều đặt nền tảng trên lòng thương yêu chân thật. Khi ta xuất phát từ lòng thương yêu chân thật để thực hành pháp nhẫn nhục, ta mới có được sự cảm thông thực sự đối với những người đã xúc phạm hoặc gây tổn hại cho ta, và do đó mới có thể thật lòng tha thứ, bỏ qua mọi lỗi lầm của họ. Ngược lại, nếu không có lòng thương yêu chân thật thì cho dù ta cố gắng thực hành nhẫn nhục cũng rất khó có thể thật lòng tha thứ.

Mặt khác, việc thực hành các pháp bố thí, trì giới, nhẫn nhục... lại là những điều kiện tất yếu giúp ta nuôi dưỡng và phát triển lòng thương yêu.

Như đã nói, lòng thương yêu tuy là một bản năng vốn

có của mỗi con người, nhưng bản năng tự nhiên ấy luôn cần có một môi trường học tập và rèn luyện thích hợp mới có thể phát triển thành lòng thương yêu chân thật. Xét trong ý nghĩa này, việc học hỏi và thực hành sáu pháp ba-la-mật chính là những điều kiện lý tưởng để chúng ta rèn luyện và phát triển lòng thương yêu.

Điều này có thể dễ dàng cảm nhận được khi chúng ta thực sự bắt tay vào việc thực hành sáu pháp ba-la-mật. Khi rộng lòng chia sẻ tài vật của mình cho những người kém may mắn hơn, bạn sẽ có được niềm vui nhẹ nhàng thanh thản khi cảm nhận được niềm vui mà chính mình đã mang đến cho người khác. Niềm vui thanh thản ấy có khả năng xua tan đi những ý niệm hẹp hòi, xấu ác, và càng giúp nuôi lớn thêm lòng thương yêu của bạn. Điều này giải thích vì sao việc khởi sự làm một việc thiện bao giờ cũng khó khăn hơn nhiều so với việc tiếp tục thực hiện những việc thiện sau đó.

Cũng tương tự như vậy, nếu bạn chưa từng bắt tay vào thực hành các pháp trì giới, nhẫn nhục, tinh tấn... bạn không thể cảm nhận được nguồn lực tích cực mà việc thực hành các pháp này mang lại. Vì thế, bạn sẽ có cảm giác rằng việc vượt qua ngưỡng cửa của sự khởi đầu thật rất khó khăn. Tuy nhiên, một khi đã có thể bắt tay vào việc, bạn sẽ nhận ra là việc thực hành các pháp này thật ra cũng không quá khó khăn như những cảm nhận ban đầu. Một khi lòng thương yêu đã có đủ điều kiện nuôi dưỡng để phát triển thì chính nó sẽ mang lại nguồn sức mạnh vô song để giúp bạn tiếp tục thực hành các điều thiện khác.

Thật ra, không chỉ riêng sáu pháp ba-la-mật mà có thể nói là hết thảy mọi điều lành đều đặt nền tảng trên lòng thương yêu. Bởi vì nếu xét cho cùng thì không một ý niệm hiền thiện nào lại không xuất phát từ lòng thương yêu chân thật!

Thương yêu và hiểu biết

Nhiều người cho rằng chỉ khi có sự hiểu biết thì người ta mới có thể thương yêu. Thật ra, mối quan hệ giữa lòng thương yêu và sự hiểu biết là có thật, nhưng có lẽ nên hiểu theo hướng ngược lại.

Như đã nói, thương yêu vốn là một bản năng tự nhiên của mỗi người. Vì là một bản năng nên sự sinh khởi của nó là hoàn toàn tự nhiên. Người mẹ thương con là tự nhiên. Chúng ta xúc cảm trước nỗi đau của người khác cũng là tự nhiên. Anh chị em thương yêu nhau cũng là tự nhiên...

Tuy vậy, sự nuôi dưỡng và phát triển bản năng thương yêu của chúng ta lại không phải là tự nhiên. Nó đòi hỏi những điều kiện thuận lợi trong môi trường sống, cũng như sự cố gắng học tập và rèn luyện của mỗi cá nhân. Không có những yếu tố này, bản năng thương yêu của chúng ta sẽ dần dần trở nên khô cằn, tàn lụi, thay vì là phát triển thành một lòng thương yêu chân thật luôn rộng mở. Chính vì vậy mà trong thực tế chúng ta vẫn thường thấy có những bậc cha mẹ ứng xử thiếu tình thương yêu đối với con cái, có những con người lạnh lùng chai đá trước nỗi đau của người khác, và có cả những trường hợp huynh đệ tương tàn, nồi da xáo thịt... Những người ấy không hề thiếu đi bản năng thương yêu, nhưng điều đáng tiếc đã xảy ra cho họ chính là sự khô cằn, tàn lụi của bản năng thương yêu trong lòng họ. Và điều đó sở dĩ xảy ra chính là do không có đủ những yếu tố thích hợp cho sự phát triển của lòng thương yêu.

Sự hiểu biết cũng là một yếu tố giúp phát triển lòng thương yêu. Một cô gái trẻ khi lấy chồng có thể chưa biết gì nhiều về việc chăm sóc, nuôi dạy con cái. Nhưng một khi đã thực sự làm mẹ, cô nhất thiết phải cần đến những hiểu biết đó. Lòng thương yêu đối với đứa con bé bỏng vừa ra đời là một điều tự nhiên nảy sinh trong lòng mẹ, nhưng để có có thể chăm sóc tốt đứa con ấy lại phải cần thêm sự cố gắng học hỏi và rèn luyện. Không có sự học hỏi và rèn luyện, một người mẹ đôi khi có thể vô tình làm thương tổn con mình trong quá trình chăm sóc, nuôi dưỡng.

Lòng thương yêu chân thật có thể làm nảy sinh sự hiểu biết. Hay nói một cách chính xác hơn là nó thôi thúc chúng ta đạt đến sự hiểu biết. Một người mẹ vì thương con mà có thể học hỏi rất nhiều điều trước đây đối với cô vô cùng xa lạ, khó hiểu. Những người bạn thương yêu nhau thật lòng có thể hiểu được những điều sâu kín trong lòng nhau, những điều mà người khác không thể nào có khả năng hiểu được...

Ngược lại, sự hiểu biết giúp nuôi dưỡng lòng thương yêu. Không có được sự hiểu biết, lòng thương yêu sẽ không thể phát triển một cách lành mạnh. Đôi khi người ta có thể trở nên mù quáng và làm những việc không nên làm chỉ vì thiếu hiểu biết. Vì thế, khi thương yêu mà thiếu sự hiểu biết chúng ta sẽ có thể gây ra những thương tổn đáng tiếc cho chính những người mà ta thương yêu.

Mặt khác, tri thức và kinh nghiệm giúp chúng ta hoàn thiện đời sống, nhưng đồng thời chúng cũng tạo ra những định kiến nhất định trói buộc chúng ta. Càng có nhiều định kiến thì chúng ta càng mất đi sự sáng suốt và khả năng phán đoán độc lập, do đó mà mọi tư tưởng, lời nói, việc làm của chúng ta luôn chịu sự chi phối của những định kiến ấy. Chỉ khi nào nhận ra được điều này thì chúng ta mới có thể tự giải phóng bản thân mình khỏi những định kiến chất chồng do tri thức và kinh nghiệm tạo ra.

Để nuôi dưỡng và phát triển lòng thương yêu, chúng ta nhất thiết phải vượt qua được những định kiến. Khi một người bạn đồng nghiệp tâm sự với ta về hoàn cảnh bi đát mà gia đình anh ta đang gánh chịu, nếu chúng ta chỉ dựa vào kinh nghiệm của những lần bị lừa dối trước đây để đánh giá những điều anh ta kể lể, ta sẽ không thể động lòng thương cảm, và do đó không thể có bất cứ sự chia sẻ an ủi nào. Thật ra, trước đó anh ta có thể đã từng nói dối, nhưng không thể vì điều đó mà phủ nhận việc hiện nay anh ta đang nói thật. Do định kiến từ những kinh nghiệm trước đây, chúng ta tự cho là có thể "hiểu" được anh ta, nhưng sự thật là ta đã nhầm lẫn.

Nếu hai anh em gây gổ, tranh chấp nhau và cần đến sự giải hòa của người mẹ, người mẹ ấy cũng nhất thiết không được để cho những định kiến về mỗi đứa con chi phối nhận thức của mình trong hiện tại. Nếu không, bà sẽ không thể làm tốt việc giải hòa, bởi khi ấy những đứa con bà sẽ không cảm nhận được một sự thương yêu chân thật có thể cảm hóa chúng.

Vì thế, lòng thương yêu chân thật luôn vượt thoát mọi định kiến để đạt đến sự bình đẳng hoàn toàn đối với mọi đối tượng. Nếu sự thương yêu của chúng ta xuất phát từ những định kiến tốt, xấu, hay, dở... về từng đối tượng khác nhau, chắc chắn đó chưa phải là lòng thương yêu chân thật. Ngược lại, nếu có được lòng thương yêu chân thật, chúng ta sẽ có thể phá vỡ tất cả được những định kiến sai lầm đã hình thành từ trước để thật lòng thương yêu một cách bình đẳng.

Khi nhìn một con thú lớn rượt đuổi bắt mồi, chúng ta thường động lòng thương cảm và mong sao cho con mồi bé nhỏ kia chạy thoát. Thậm chí nếu được ta còn có thể sẵn sàng can thiệp để cứu thoát con mồi đó. Nhưng trong trường hợp này, nếu xét kỹ chúng ta sẽ thấy là mình đã chịu sự chi phối của những định kiến sẵn có mà không phải xuất phát từ lòng thương yêu chân thật. Thật ra thì cả hai con thú đều đáng thương như nhau, và trong cuộc đấu tranh sinh tồn của chúng, thành công của bên này luôn là thất bại của bên kia. Khi một con thú chỉ có thể sống được bằng việc săn mồi thì việc chúng ta xem con thú ấy là “độc ác” chỉ là do định kiến. Bởi cuộc sống của nó sẽ ra sao nếu hoàn toàn không săn được mồi?

Thông thường thì cách nhìn của chúng ta đối với những người phạm tội trong xã hội cũng chịu sự chi phối của định kiến. Chỉ khi nào những định kiến ấy bị phá vỡ, ta mới có thể thật lòng thương yêu, tha thứ để dẫn dắt họ trở lại với con đường lương thiện. Đây cũng chính là cách ứng xử mà mọi xã hội tốt đẹp đều khuyến khích. Mọi tội lỗi chỉ có thể dùng sự khoan hồng để cảm hóa chứ không thể lấy sự trừng phạt để tiêu diệt. Bởi vì, xét cho cùng thì những nguồn gốc của tội lỗi như tham lam, sân hận... vốn luôn sẵn có trong mỗi con người, nên chúng ta không thể nào “diệt sạch” chúng được.

Vì thế, khi có lòng thương yêu chân thật, chúng ta cũng sẽ có được sự sáng suốt cần thiết để hiểu biết và cảm thông. Sự hiểu biết và cảm thông ấy có được chính là nhờ lòng thương yêu đã giúp ta phá bỏ được mọi định kiến sai lầm đã hình thành từ trước. Khi không còn định kiến thì sự thương yêu của chúng ta mới có thể rộng mở và bình đẳng đối với mọi đối tượng.

Điều này giải thích vì sao lòng thương yêu chân thật luôn có khả năng cảm hóa mạnh mẽ. Đó là vì tính chất bình đẳng không định kiến bao giờ cũng dẫn đến những cách hành xử công bằng và sáng suốt. Và bất cứ ai trong chúng ta khi đã cảm nhận được sự chân thật, công bằng và sáng suốt thì không thể nào không tin phục và nghe theo. Vì thế, khi những lời khuyên can của bạn xuất phát từ lòng thương yêu chân thật, chắc chắn chúng sẽ có nhiều khả năng thuyết phục được người nghe.

Hiện thân của lòng thương yêu

Vào khoảng năm mười ba tuổi, tôi đã có một giấc mơ tuyệt đẹp mà ấn tượng mãi đến giờ vẫn chưa phai nhạt.

Thuở ấy, tuy còn nhỏ nhưng tôi vẫn thường theo mẹ lên chùa tụng kinh Phổ môn[1] vào mỗi buổi tối. Tuy chưa hiểu gì nhiều về ý nghĩa của những câu kinh, nhưng tôi đã có một sự kính ngưỡng rất sâu sắc về hình tượng của vị Bồ Tát Quán Thế Âm với lòng đại từ đại bi, luôn sẵn sàng cứu khổ cứu nạn cho hết thảy những ai xưng danh hiệu ngài.

Trong những lần theo mẹ lên chùa như thế, có nhiều khi tôi đứng lặng rất lâu trước pho tượng của ngài để chiêm ngưỡng, cảm nhận vẻ đẹp từ hòa trong màu áo trắng ngần tinh khiết. Trong đầu óc non nớt của tôi ngày ấy, nhành dương liễu mà ngài cầm trên tay hẳn phải vô cùng mầu nhiệm mới có thể ngày đêm tuôn xuống những giọt nước mát cam lộ làm vơi đi vô vàn những khổ đau của người trần thế.

Rồi một đêm kia, tôi đã có một giấc mơ thật đẹp. Trong mơ tôi gặp rất nhiều điều kỳ thú, nhưng kỳ diệu nhất là tôi đã nhìn thấy Bồ Tát Quán Thế Âm với tất cả vẻ sinh động tuyệt vời mà từ lâu tôi hằng kính ngưỡng. Từ xa, tôi nhìn thấy rất rõ ngài đứng trên một tòa sen trắng, giữa một đám mây trên cao cũng trắng ngần như màu áo của ngài, tay cầm nhành dương liễu với tịnh bình và đôi mắt nhìn xuống tôi

[1] Tuy thường được gọi là kinh Phổ môn, nhưng thật ra đây là phẩm thứ 25 trong bộ kinh Diệu pháp liên hoa, thường gọi tắt là kinh Pháp hoa. Phẩm kinh này nói về Bồ Tát Quán Thế Âm và hạnh nguyện của ngài.

đầy vẻ từ hòa, trìu mến. Lạ thay, tôi bỗng thấy thân thể mình chợt như nhẹ bổng đi, rồi bồng bềnh bay lên cao dần, cao dần, đến gần sát dưới chân ngài. Tôi cúi đầu quỳ dưới chân ngài một lát, rồi từ từ ngẩng lên để nhìn cho rõ mặt ngài. Ô hay, tôi nhận ra khuôn mặt ngài sao mà quen thuộc quá, quen thuộc quá... Rồi tôi chợt cảm thấy vừa ngạc nhiên vừa sung sướng đến tột độ khi nhìn rõ khuôn mặt Bồ Tát: Ngài chính là mẹ tôi chứ không phải ai khác!

Kể từ sau giấc mơ ấy, tôi ngày càng cảm thấy rằng mẹ tôi đúng là hiện thân của Bồ Tát Quán Thế Âm. Thật vậy, đối với tôi thì không ai có thể dịu hiền hơn mẹ, không ai có thể bao dung hơn mẹ, càng không ai có thể thương yêu tôi hơn mẹ! Vậy thì mẹ đúng là hiện thân của Bồ Tát Quán Thế Âm rồi, không còn nghi ngờ gì nữa. Trong kinh chẳng đã nói rất rõ đó sao, vì muốn cứu độ chúng sinh nên Bồ Tát Quán Thế Âm có thể hóa thân ở khắp mọi nơi, với mọi hình dáng khác nhau. Hơn nữa, nếu người không hóa thân làm mẹ tôi thì sao tôi lại có thể mơ thấy như thế kia chứ? Từ đó tôi càng thương yêu và kính trọng mẹ, càng thấy mẹ rất tuyệt vời đến nỗi không một ai khác có thể so sánh được!

Nhưng có một lần, tôi sang chơi với hai đứa trẻ con của cô Tư bên hàng xóm. Sau một hồi đùa nghịch dưới ánh nắng trên sân, mặt mũi bọn tôi đứa nào cũng nhễ nhại mồ hôi và dính đầy bụi đất. Vừa lúc cô Tư đi chợ về, hai đứa bạn tôi chạy a tới, giành nhau cái giỏ để xem cô mua gì cho chúng. Cô Tư đứng nhìn chúng tranh nhau cái giỏ với ánh mắt hiền hòa, rồi cô lặng lẽ vào nhà lấy ra một cái khăn thấm nước, vắt ráo và dịu dàng lau mặt sạch sẽ cho từng đứa.

Đứng nhìn cảnh ấy, bất chợt tôi cảm thấy cô Tư cũng giống hệt như mẹ tôi, cũng dịu hiền, cũng bao dung và hết lòng thương yêu con cái. Một ý nghĩ thoáng qua trong đầu tôi: Phải chăng cô Tư cũng là Bồ Tát Quán Thế Âm hiện thân?

Sau lần ấy tôi mới nghĩ rằng, có lẽ đối với con cái thì hết thảy những người mẹ đều là hóa thân của Bồ Tát Quán Thế Âm. Bởi không có người con nào lại không thấy là mẹ mình rất dịu hiền, rất bao dung và luôn thương yêu che chở cho mình.

Rồi tuổi thơ dần qua đi. Bước vào tuổi trưởng thành, những hiểu biết thực tiễn khiến cho tôi không còn giữ được những ý nghĩ mơ mộng như xưa. Thật ra, với tôi thì mẹ vẫn là tuyệt vời, nhưng không phải cái tuyệt vời trong ánh hào quang mầu nhiệm như thuở nhỏ, mà là cái tuyệt vời rất thật của một người mẹ buôn tảo bán tần khó nhọc nuôi con. Anh chị em tôi cả thảy bảy người đều do một tay mẹ khổ cực chăm sóc từ thuở nhỏ cho đến lớn khôn, chẳng phải đã là tuyệt vời lắm sao?

Nhưng ý nghĩa sâu sắc của giấc mơ ngày ấy thì mãi về sau tôi mới đủ sức hiểu được. Ngày nay, tôi đã hiểu biết nhiều hơn về Bồ Tát Quán Thế Âm và những hạnh nguyện của ngài. Những ý nghĩa sâu xa của phẩm kinh Phổ môn cũng đã trở thành kim chỉ nam trong cuộc sống của tôi, giúp tôi vững vàng vượt qua biết bao nhiêu sóng gió của cuộc đời. Nhưng có một điều thú vị nhất mà chính tôi cũng không ngờ đến. Đó là, sau rất nhiều sự nghiền ngẫm và trải nghiệm tôi mới hiểu ra được rằng ý nghĩa sâu xa nhất của phẩm kinh này lại nằm ngay trong giấc mơ của tôi từ thuở nhỏ!

Sự thật là, bằng vào trực giác mà tôi đã có được một giấc mơ nói lên những ý nghĩa sâu xa nhất về sự hóa thân của Bồ Tát Quán Thế Âm. Đây có thể nói là một trong những kinh nghiệm quý giá nhất mà bản thân tôi đã từng có được. Trong khi việc bằng vào tri thức để đạt đến ý nghĩa sâu xa nhất về sự hóa thân của Bồ Tát Quán Thế Âm đòi hỏi phải đọc hiểu một số lượng rất nhiều kinh luận, thì sự cảm nhận ý nghĩa đó bằng trực giác đã có thể xuất hiện ngay nơi một đứa trẻ chỉ mới tuổi mười ba!

Toàn phẩm kinh Phổ môn mô tả Bồ Tát Quán Thế Âm là vị Bồ Tát hiện thân của lòng thương yêu. Với nguyện lực vô biên, ngài trải lòng thương yêu hết thảy chúng sinh mà không đòi hỏi phải có bất cứ một điều kiện gì. Khi có sự đau khổ, dù là ở bất cứ nơi đâu, chỉ cần có người xưng niệm đến danh hiệu của ngài là sẽ được chở che, cứu độ. Và vì muốn cứu độ chúng sinh, ngài đã dùng nguyện lực để hóa thân trong vô số những hình thức khác nhau, từ thân Phật, Bồ Tát cho đến Phạm vương, Đế thích, cho đến cả các loài rồng, dạ-xoa, càn-thát-bà, a-tu-la... Chỉ cần có thể sử dụng một hình tướng nào đó để cứu thoát khổ nạn cho chúng sinh, ngài liền lập tức hóa hiện trong hình tướng đó.

Một anh bạn tôi vốn cũng thuộc hạng người "học nhiều biết rộng", có một hôm đã tâm sự cùng tôi: "Quả thật, tuy là người tin Phật nhưng tôi chỉ có thể lấy đức tin để tin nhận kinh Phổ môn chứ không thể hiểu nổi những ý nghĩa trong đó. Lẽ nào những điều trong kinh nói lại có thể là có thật?"

Tôi rất cảm thông với suy nghĩ của bạn, và biết chắc là còn có rất nhiều trí thức trẻ hiện nay cũng không tránh khỏi sự băn khoăn như thế. Cách đây hơn 35 năm, học giả Đoàn Trung Còn khi dịch phẩm kinh Phổ môn này đến câu *"bỉ sở chấp đao trượng tầm đoạn đoạn hoại "* (những dao gậy của kẻ kia liền tự hư hoại) đã tham khảo bản tiếng Pháp để sửa câu này lại là *"liền giật lấy đao trượng của bọn ấy, đánh đuổi được chúng nó"*, bởi vì ông cho là như vậy mới "hợp lý" hơn.[1]

Thật ra, khi đọc hiểu kinh Phổ môn theo cách phân tích ngữ nghĩa như thế, chúng ta sẽ chẳng bao giờ có thể hiểu thấu được ý nghĩa của kinh. Toàn bộ phẩm kinh không nhằm

[1] Tham khảo *Chư kinh tập yếu*, bản dịch tiếng Việt của Đoàn Trung Còn, *Phật học Tùng thư xuất bản năm 1970.*

mục đích nào khác hơn là chỉ rõ lòng thương yêu hay tâm đại bi của Bồ Tát Quán Thế Âm. Và nếu như chúng ta chỉ có thể cảm nhận chứ chưa bao giờ có thể "sờ mó" được lòng thương yêu, thì cũng không thể đòi hỏi những điều mô tả trong kinh phải là những chi tiết có thể "sờ mó" được.

Khi hiểu được như thế, chúng ta mới có thể thấy rằng tất cả những gì được mô tả trong phẩm kinh đều là những biểu tượng vô cùng sinh động và cụ thể nhằm nêu rõ được lòng thương yêu vô bờ bến của Bồ Tát đối với tất cả chúng sinh, một lòng thương yêu chân thật luôn cứu khổ, ban vui cho mọi chúng sinh và cũng luôn thể hiện sự sáng suốt, bình đẳng không phân biệt.

Nếu nhớ lại tất cả những gì đã bàn đến về lòng thương yêu chân thật, chúng ta sẽ có thể thấy rõ rằng mỗi câu kinh, mỗi hình tượng trong phẩm kinh Phổ môn đều là những phương thức miêu tả rất tuyệt vời, có thể giúp chúng ta cảm nhận được ý nghĩa thực sự của lòng thương yêu mà không cần phải trải qua những sự phân tích, suy luận phức tạp. Chính ý nghĩa trực nhận này là những gì mà tôi đã có được ngay từ khi còn là một đứa trẻ mười ba tuổi, chỉ có thể tiếp cận với kinh Phổ môn qua những hình tượng mà không phải là sự phân tích ngữ nghĩa.

Bằng vào sự cảm nhận của trực giác, trong tiềm thức của tôi khi ấy đã hình thành một sự tương đồng giữa lòng thương yêu của vị Bồ Tát trong kinh với lòng thương yêu của người mẹ. Và vì thế, trong giấc mơ của tôi Bồ Tát Quán Thế Âm đã có khuôn mặt của chính mẹ tôi chứ không phải là ai khác.

Thật ra, ý nghĩa của giấc mơ này là phổ quát đối với mọi chúng ta. Nếu đã hiểu được rằng Bồ Tát Quán Thế Âm là hiện thân của lòng thương yêu, chúng ta cũng sẽ hiểu được rằng ngài không chỉ hóa thân thành những người mẹ dịu hiền mà còn có thể là những người cha, người anh, người chị, người thầy... cho đến tất cả những ai có thể mở lòng thương yêu trong cuộc sống.

Lần đầu tiên khi tôi đọc những bài giảng bằng Anh ngữ của đức Đạt-lai Lạt-ma thứ 14 cũng là lần đầu tiên tôi được biết rằng theo truyền thống Tây Tạng, ngài chính là hiện thân của Bồ Tát Quán Thế Âm (Avalokiteśvara). Hơn thế nữa, tôi còn được biết rằng cả 14 vị Đạt-lai Lạt-ma nối tiếp nhau đều là hóa thân của Bồ Tát Quán Thế Âm. Rất nhiều người phương Tây cảm thấy khó chấp nhận niềm tin truyền thống này, nhưng bản thân tôi khi đọc thấy điều này lại cảm thấy như tìm gặp được một điểm tương đồng với những gì mình đã hiểu. Không chỉ là đức Đạt-lai Lạt-ma, trong cuộc sống này tôi đã rất nhiều lần được nhìn thấy những hóa thân của Bồ Tát Quán Thế Âm. Và những lần như thế bao giờ cũng giúp tôi có thêm niềm tin và nghị lực.

Một hôm, trong khi chờ đến lượt mình, tôi ngồi nhìn một nữ bác sĩ khám bệnh cho một em bé gái. Trước khi mang ống nghe vào, cô dịu dàng vuốt mái tóc rối bời của em, nhẹ nhàng gỡ từng sợi tóc rối, rồi lấy một sợi dây nhỏ buộc lại cho gọn gàng. Sau đó, cô mới bắt đầu khám bệnh cho bé. Ngồi nhìn sự chăm sóc dịu dàng với ánh mắt hiền hòa của cô, tôi bất chợt nhận ra sự hiện thân của Bồ Tát Quán Thế Âm!

Mỗi người chúng ta đều có thể thường xuyên bắt gặp những hiện thân khác nhau của Bồ Tát Quán Thế Âm trong cuộc sống. Vì ngài là hiện thân của lòng thương yêu, nên bất cứ ở đâu có sự thương yêu chân thật là ở đó nhất định có sự hiện thân của ngài. Chính vì ngài có thể hóa hiện ở khắp mọi nơi, nên phẩm kinh dạy về lòng thương yêu của ngài mới có tên là Phổ môn (khắp cả mọi nhà). Chỉ cần hiểu được ý nghĩa này, chúng ta sẽ thấy rằng chính bản thân ta cũng có những lúc trở thành hóa thân của Bồ Tát Quán Thế Âm. Đó là những lúc ta thật lòng thương yêu người khác.

Khi được nghe danh hiệu của Bồ Tát Quán Thế Âm là lúc ta được tiếp cận với lòng thương yêu. Khi tin nhận danh hiệu của ngài là lúc ta mở lòng đón nhận sự thương yêu. Và khi thành tâm xưng niệm danh hiệu ngài chính là khi ta mở lòng ra thương yêu người khác. Lòng thương yêu đó không có giới hạn, nên khi thường xuyên xưng niệm danh hiệu của ngài, chúng ta sẽ có thể mở rộng lòng thương yêu đến khắp cả muôn loài. Đây chính là lý do giải thích vì sao trong suốt phẩm kinh này đức Phật luôn khen ngợi và khuyến khích tất cả mọi người nên thường xuyên xưng niệm danh hiệu Bồ Tát Quán Thế Âm. Bởi vì việc nghe biết, tin nhận và xưng niệm danh hiệu ngài có ý nghĩa là thực hành lòng thương yêu chân thật. Và điều đó tất yếu sẽ mang đến những lợi lạc tinh thần to lớn, hay nói theo văn kinh thì đó chính là "vô lượng vô biên phước đức chi lợi" Vì thế, tu tập và hành trì kinh Phổ môn chính là phải thực hành lòng thường yêu. Khi chúng ta xưng niệm danh hiệu Bồ Tát Quán Thế Âm bằng cách thực hành lòng thường yêu, chúng ta chắc chắn sẽ có thể bình an vững chãi trước mọi biến cố hay nạn khổ trong đời sống. Ngay cả khi rơi vào những hoàn cảnh bi đát, khốn cùng nhất, người thực hành lòng thương yêu cũng sẽ có đủ niềm tin và nghị lực để đứng vững và vượt qua mà không bao giờ gục ngã. Đây chính là lý do giải thích vì sao chư Tổ xưa kia đã chọn phẩm kinh này để sử dụng trong nghi thức cầu an.[1]

[1] Ngoài việc được sử dụng trong nghi thức Cầu an tại các tự viện, phần lớn Phật tử cũng thường tụng niệm phẩm kinh này tại nhà mỗi khi muốn cầu được sự bình an cho cả gia đình.

Hát lên lời thương yêu

Mỗi ngày, tín hiệu đau khổ đến từ quanh ta. Hôm qua, một người hàng xóm vừa qua đời; hôm kia, một bà ở xóm trên ngã bệnh đi cấp cứu; đâu đó, một tai nạn giao thông làm một vài người chết, bị thương... vân vân và vân vân. Nếu có một vài phút định tâm suy nghĩ, chúng ta sẽ dễ dàng nhận ra ngay là mình cũng hoàn toàn có thể là đối tượng nhận lãnh bất cứ nỗi đau nào đang đến với bao nhiêu người khác. Hay nói một cách khác, không có ngoại lệ cho bất cứ ai trong cuộc đời này. Những mất mát, khổ đau luôn rình rập quanh ta. Một cách chính xác hơn, chúng hiện diện thường xuyên trong cuộc sống mà sự vắng mặt đối với chúng ta thực ra chỉ là một sự lãng quên, tránh né.

Không một phép mầu nào có thể giúp ta thoát khỏi những đau khổ trong cuộc đời theo nghĩa là chúng không bao giờ xảy đến với ta. Như vậy, con đường thoát khổ tất nhiên không thể là sự né tránh hay cầu nguyện. Trong một chừng mực nào đó, mỗi khi không tìm ra giải pháp đối phó cho một tình thế, chúng ta thường có thói quen tránh né không nhìn thẳng vào sự thật, cho dù đó là một sự thật vô cùng hiển nhiên, dễ hiểu.

Chúng ta thường rơi vào một trong hai thái độ cực đoan đối với sự đau khổ. Hoặc là chúng ta phủ nhận, tránh né chúng, với ý tưởng là chúng chỉ đến với những người khác (!). Mỗi khi thực sự phải nhận lãnh một bất hạnh nào đó, chúng ta lại tự an ủi mình rằng đó chỉ là chuyện rủi ro trong muôn một. Và cứ thế, ta để cho cuộc sống trôi qua một cách thụ động, không hề nghĩ đến việc làm thế nào để vượt thoát đau khổ.

Thái độ cực đoan thứ hai là sự lo lắng thường xuyên đưa đến tâm trạng bi quan yếm thế. Thái độ này cũng dẫn đến sự bám víu vào những những tà kiến, mê tín, như là cứu cánh cho nỗi lo sợ vô vọng. Chúng ta lo sợ không muốn bị đau khổ, không muốn già, bệnh, chết... nhưng những thứ ấy cứ lừng lững tiến đến theo thời gian, vô phương tránh né. Từ đó, chúng ta quay sang bám víu, cầu xin... từ bất cứ nguồn sức mạnh nào mà ta có thể tưởng tượng ra được (!).

Sự giải thoát thực sự, xét cho cùng trước hết là phải giải quyết được những nỗi khổ ngay trong hiện tại. Đức Phật từ bỏ ngôi báu tìm đường giải thoát cũng bắt đầu từ những thôi thúc mà hiện nay ta đang đối mặt từng ngày. Không nhận chân được đau khổ là chưa có tiền đề để nói đến giải thoát. Chính vì thế mà trong Tứ diệu đế[1] thì Khổ đế được đề cập trước hết, và đối diện với đau khổ chính là yêu cầu trước hết để chiến thắng đau khổ.

Khi thực sự đối mặt và nhìn sâu vào bản chất của những đau khổ quanh ta, sự nhầm lẫn muôn đời của chúng ta sẽ dần dần được sáng tỏ. Chính khi quán chiếu sự thật một cách triệt để ta mới nhận ra thói quen phân biệt lâu đời của chính mình. Chúng ta thường nhìn nhận đau khổ như là những gì bất hạnh đến với riêng mình mà không nhận ra một sự thật là những khổ đau của người khác cũng chính là khổ đau của mình. Chúng ta tách rời bản thân ra khỏi cuộc sống, trong khi cuộc sống thì lại không thể tồn tại tách rời. Trong khi đau khổ là một hiện tượng hoàn toàn rất chung, thì chúng ta

[1] *Tứ diệu đế*, hay thường gọi là *Tứ đế*, là bốn chân lý không ai có thể thay đổi hay phủ nhận, bao gồm: *Khổ đế, Tập đế, Diệt đế* và *Đạo đế*. Giáo pháp *Tứ diệu đế* được đức Phật thuyết giảng lần đầu tiên tại vườn Lộc Uyển cho 5 anh em ông *Kiều-trần-như* là những đệ tử đầu tiên của ngài, và được ghi lại trong kinh Chuyển pháp luân (*Tương ưng bộ kinh, Tập 5 - thiên Đại phẩm, chương 12*). Để biết chi tiết hơn về Tứ đế, xin tìm đọc *Vì sao tôi khổ*, cùng một tác giả, NXB Tổng hợp TP HCM.

lại chỉ nhỏ nhoi nghĩ đến một sự thoát khổ cho riêng mình. Chính do nơi điểm khởi đầu vô lý này mà chúng ta không thể nào đạt đến sự thoát khổ.

Khi nhìn nhận sự đau khổ hiện diện trong cuộc đời bằng ý nghĩa đó, chúng ta sẽ thấy là không còn có những nỗi đau riêng lẻ của mỗi con người. Và điều kỳ diệu chính là, khi nhận thức được như thế thì khổ đau sẽ không còn là khổ đau nữa, mà trở thành nguồn động lực vô biên cho sự cảm thông chia sẻ.

Chúng ta trong cuộc sống ai cũng có ít nhất hơn một lần nhìn những người thân yêu của mình nhận chịu đau khổ. Những lúc đó, chúng ta thầm mong ước nhận chịu về mình nỗi đau khổ ấy, còn hơn là bất lực nhìn người thân của mình khổ sở. Điều gì đã giúp chúng ta không còn sợ sệt, tránh né đau khổ? Chính là lòng thương yêu mà chúng ta dành cho người thân của mình.

Vậy điều gì sẽ xảy ra nếu chúng ta có thể phát khởi lòng thương yêu hết thảy chúng sinh như người thân của mình? Đây chính là sự chuyển hóa kỳ diệu nhất mà qua đó không còn một nỗi đau khổ nào có thể làm cho ta sợ hãi được nữa. Bồ Tát Quán Thế Âm sở dĩ có khả năng lắng nghe những tín hiệu đau khổ từ vạn loại chúng sanh và hóa thân thành vô số hình trạng để cứu vớt, chính là do ngài đã phát khởi lòng thương yêu rộng lớn không cùng và nhờ đó đã trải qua sự chuyển hóa mầu nhiệm này.

Kinh Duy-ma-cật dạy rằng: "Phiền não chính là đạo trường."[1] Vì thế, vô số những phiền não khổ đau trong cuộc sống mới chính là điều kiện tu tập để giúp chúng ta đạt đến

---

[1] Phiền não thị đạo trường. - 煩惱是道場 – Kinh Duy-ma-cật sở thuyết, phẩm Bồ Tát. Xem bản dịch tiếng Việt của Đoàn Trung Còn và Nguyễn Minh Tiến, NXB Tôn giáo.

sự giải thoát. Cho nên, không có phiền não thì cũng chẳng có Bồ-đề!

Phát khởi lòng thương yêu đối với tất cả chúng sanh cũng là thực sự yêu thương chính mình. Tuy nhiên, ý thức chấp ngã hình thành từ muôn kiếp đến nay luôn ngăn cản sự phát khởi lòng thương yêu. Chúng ta luôn cho rằng, sự hiện diện của "cái ta" trong cuộc đời này là cần được bảo vệ và không thể đồng nhất với "người khác". Ngay cả khi chúng ta thực hành những việc thiện như bố thí, trì giới... chúng ta cũng mong muốn mọi người phải nhận biết đó là "cái ta" đang làm việc thiện chứ không phải là người khác. Lấy một "cái ta" riêng biệt như thế để thương yêu tất cả chúng sinh là chuyện không thể nào có được. Vì thế mà điều tất nhiên là nếu không thực hành tinh thần vô ngã thì không thể phát khởi lòng thương yêu rộng khắp.

Mặt khác, trong khi chúng ta từng ngày từng giờ nhận chịu khổ đau, thì đồng thời chúng ta lại cũng không ngừng gây ra khổ đau cho bao nhiêu sinh vật khác. Sự phân biệt đối xử sai lầm trong nhận thức đối với sự sống chung của muôn loài đã dẫn chúng ta đến việc gây ra khổ đau cho những sinh vật khác mà không hề có chút bận tâm suy nghĩ, cảm thông.

Một người bạn tôi có đứa con bị chó cắn. Lối xóm lập tức cho rằng con chó ấy điên và đập chết. Khi việc xét nghiệm cho thấy rằng không có dấu hiệu của bệnh dại thì con chó cũng đã chết rồi. Chúng ta chỉ nghĩ đến nỗi đau của mình mà không nghĩ rằng con chó cũng có quyền được sống và đòi hỏi sự công bình. Trong trường hợp này, rõ ràng là chó không điên mà những người giết chó mới thực sự điên!

Một buổi chiều rất đẹp trời, tôi có dịp dạo chơi trên một con đường ven biển. Đó đây rải rác người đi câu cá dọc theo những ghềnh đá nhỏ. Khi tôi đi ngang qua, một thanh niên vừa giật được chú cá đuối nhỏ. Thật thành thạo, anh ta lấy trong túi xách mang theo ra một cái kìm bấm và bấm đứt ngay chiếc đuôi cá đầy đe dọa, chỉ để phòng hờ sẽ không bị nó quất trúng mình. Tôi nhìn ra mặt biển xanh mênh mông dưới nắng chiều ấm áp. Một buổi chiều thật thanh bình, nếu không tính đến cảnh câu cá mà tôi vừa chứng kiến. Không hiểu do đâu, tôi bất chợt hình dung thật rõ ràng một đàn cá đang bơi lội nô đùa dưới làn nước ấm áp kia. Thế rồi chú cá kém may mắn này chỉ vì tham chút mồi ngon mà bất chợt bị tách rời ra khỏi bạn bè. Than ôi, thế là chấm hết! Vĩnh viễn không còn những buổi chiều tung tăng bơi lội... Một sự thương cảm thực sự dâng lên trong lòng tôi. Đột nhiên, tôi nghĩ đến tất cả những ác nghiệp mà chính mình có thể đã tạo ra từ vô thỉ và thấy rõ sự vô lý của những động lực thúc đẩy tạo nghiệp. Tất cả đã sinh khởi từ sự thiếu vắng của một lòng thương yêu rộng khắp!

Nếu chúng ta tự mình đã nhận chịu đau khổ và cảm nhận sâu sắc sự đau khổ thì sẽ dễ dàng hơn trong việc cảm thông chia sẻ nỗi đau của người khác. Mặt khác, ngày nào mà chúng ta còn chưa tự nhận ra được những khổ đau mà mình đã và đang gây ra cho cuộc sống quanh ta, thì việc giải thoát khỏi khổ đau vẫn chỉ là một điều ảo tưởng. Sự cảm thông chia sẻ thực ra là một hạt giống bao giờ cũng sẵn có trong mỗi chúng ta. Điều cần thiết ở đây chính là một sự tỉnh táo, khách quan trong nhận thức. Khi chúng ta đang nhận chịu một nỗi khổ đau nào đó, chúng ta rất dễ dàng khởi tâm thương cảm, chia sẻ với những người cùng cảnh ngộ. Tuy nhiên, vừa qua khỏi cảnh khổ, ta thường dễ dàng quên đi không còn nhớ đến nữa. Vì thế, sự quán chiếu thường xuyên những đau khổ của cuộc đời - vì thực sự là chúng luôn hiện diện thường xuyên - sẽ giúp chúng ta tránh được sự xao lãng vô lý, và có thể nuôi dưỡng lòng thương yêu. Đó thực sự là một quá trình lâu dài, không phải nhất thời có thể đạt được.

Trong một ý nghĩa khác, chính sự phát triển ngày ngày của lòng thương yêu rộng khắp sẽ đẩy lùi dần những khổ đau trong cuộc sống. Chính những lúc tinh thần vững chãi nhất với một tấm lòng lân mẫn đầy thương cảm là những lúc chúng ta không hề sợ sệt và có thể nhìn thấu được nguyên nhân của mọi nỗi khổ đau.

Sự thương yêu và cảm thông với nỗi khổ của người khác chính là con đường duy nhất để chúng ta vượt qua đau khổ. Phát khởi lòng thương yêu rộng khắp chính là đã tạo ra một nguồn lực vô biên để chiến thắng đau khổ. Thật vô lý biết bao nếu có những con người đi tìm cầu sự giải thoát giữa cuộc đời đầy dẫy khổ đau này mà lại có thể thờ ơ trước sự khổ đau của bao nhiêu người khác. Bởi vì, giải thoát khỏi đau khổ xét cho cùng không phải là chấm dứt sự hiện diện của đau khổ trong cuộc đời, mà chính là sự nhận thức rõ bản chất của khổ đau và chuẩn bị cho mình một bản lĩnh để vượt lên trên đau khổ.

Thương người như thể thương thân

Sự phá vỡ ý thức chấp ngã không chỉ giúp chúng ta có thể mở lòng thương yêu người khác, mà thật ra còn có thể hiểu đó là sự thương yêu chính bản thân mình. Khi trong nhận thức của chúng ta đã không còn nữa một "cái ta" riêng rẽ, thì sự thương yêu mà chúng ta dành cho người khác cũng chính là cho bản thân mình, và sự tu dưỡng hoàn thiện hay bất cứ một điều tốt đẹp nào ta thực hiện cho bản thân vào lúc này lại cũng chính là vì tất cả mọi người. Vì thế mà câu tục ngữ "Thương người như thể thương thân" có thể xem là một cách diễn đạt chính xác nhất mối quan hệ hai chiều này.

Cách đây nhiều năm, tôi có tham gia việc tổ chức một lớp học tình thương ở địa phương vào dịp hè. Lớp học đặt trong khuôn viên một ngôi chùa. Trong số những người giảng dạy, ngoài tôi ra còn có một giáo viên nữ đã nghỉ hưu và một vị tăng sĩ. Tuy chỉ có ba người nhưng chúng tôi phải đảm nhận đến hơn trăm học sinh, chia thành nhiều lớp. Số tiết dạy khá nhiều và chúng tôi phải làm việc tích cực vì hầu như có rất ít thời gian để chuẩn bị bài. Không bao lâu, vị giáo viên về hưu khá lớn tuổi đã ngã bệnh và phải rời bục giảng. Tinh thần học tập của các em không cho phép chúng tôi bỏ lớp, và vì thế mà hai người còn lại buộc phải chia nhau tất cả số tiết dạy.

Khoảng một tháng trước khi khóa học kết thúc thì vị tăng sĩ ngã bệnh. Sau khi khám bệnh mới biết là thầy đã mắc bệnh lao phổi và bắt buộc phải điều trị dài hạn. Nhớ lại khoảng thời gian này, quả thật chưa bao giờ tôi phải làm việc nhiều đến như thế! Cũng may là tôi đã cố gắng cầm cự được cho đến khi kết thúc khóa học mà không phải buộc các em học sinh nghỉ học. Tuy nhiên, cái giá phải trả sau đó là chính tôi cũng không khỏi "tiều tụy" đi mất mấy tháng!

Thật ra, tất cả chúng tôi đều đã sai lầm. Chúng tôi đã không thực sự hiểu được ý nghĩa của câu "Thương người như thể thương thân". Trong khi hết sức nhiệt tình giúp đỡ cho việc học tập của các em thì chúng tôi lại không quan tâm đúng mức đến chính bản thân mình! Chúng tôi đã đối xử bất công với chính mình mà không thấy được rằng đó cũng chính là thiếu sự thương yêu!

Nhiều năm sau, mỗi khi gặp nhau chúng tôi vẫn thường nhắc lại câu chuyện về lớp học tình thương "quá tải" như một kinh nghiệm thực tiễn quý giá. Chính kinh nghiệm này đã giúp tôi hiểu ra và điều chỉnh lại một cách hợp lý hơn mọi sinh hoạt của mình trong cuộc sống.

Trong thực tế, rất nhiều người trong chúng ta khi nhiệt tình lao vào hoạt động xã hội hay phụng sự những lý tưởng cao đẹp cũng rất thường quên đi bản thân mình, và đây thật ra không phải là một thái độ sáng suốt. Chỉ biết quan tâm đến bản thân mình mà không nghĩ đến người khác, tất nhiên đã là sai lầm. Nhưng lao vào công việc vì người khác mà không quan tâm đến bản thân cũng là một sai lầm khác. Cả hai sai lầm này đều không thể dẫn đến kết quả hoàn toàn tốt đẹp.

Vì thế, người thực sự có lòng thương yêu chính là phải biết yêu người, yêu mình. Khi đã nhận thức đúng về sự tương quan tồn tại trong toàn thể thì chúng ta không có lý do gì để duy trì một sự "phân biệt đối xử", cho dù là đối với chính bản thân mình!

Chúng ta đã nói nhiều đến lòng thương yêu và sự quan tâm đến người khác như một biểu hiện của lòng thương yêu.

Đây chính là những gì mà bất cứ ai trong chúng ta khi thực hành lòng thương yêu đều phải lưu tâm học hỏi, rèn luyện. Tuy nhiên, sai lầm thường gặp đối với người thực hành lòng thương yêu trong giai đoạn tiếp theo sau đó lại chính là sự thiếu quan tâm đến chính bản thân mình!

Sự quan tâm đúng mức đến bản thân chính là điều kiện tất yếu cho sự tu dưỡng và hoàn thiện. Trong khi sự tu dưỡng và hoàn thiện bản thân lại chính là yếu tố quyết định để có thể duy trì, nuôi dưỡng và thực hành lòng thương yêu. Nếu không có sự thường xuyên tu dưỡng và hoàn thiện, lòng thương yêu đã sinh khởi của bạn sẽ giống như một bếp lửa đã bị rút hết củi, chắc chắn sẽ tàn lụi đi trong chốc lát.

Quan tâm đúng mức đến bản thân không có nghĩa là sống buông thả hoặc thỏa mãn mọi nhu cầu của cơ thể. Trong thực tế, có những nhu cầu mà chúng ta nhất thiết phải đáp ứng, vì chúng là điều kiện tối thiểu để duy trì sức khỏe và sự minh mẫn của trí óc. Nhưng cũng có rất nhiều nhu cầu khác vốn dĩ chỉ nảy sinh do thói quen, tập quán hay do chịu sự ảnh hưởng từ người khác. Quan tâm đúng mức đến bản thân chính là biết phân biệt các nhu cầu của bản thân và đáp ứng chúng sao cho có thể luôn duy trì được một tinh thần minh mẫn trong một thể xác lành mạnh và cường tráng, nhưng hoàn toàn không phải là sống buông thả, hưởng thụ.

Mặt khác, sự tu dưỡng bản thân có ý nghĩa quan trọng quyết định trong việc giúp bạn thực hành lòng thương yêu của mình một cách có hiệu quả, nghĩa là có thể thực sự mang lại được niềm vui và làm vơi bớt khổ đau nơi người khác. Nếu một vị giáo sư dành trọn thời gian để giảng dạy mà tự mình không có sự rèn luyện, tiếp thu kiến thức mới, thì không bao lâu kho tri thức của ông ta sẽ cạn kiệt và trở nên lạc hậu, không thể đáp ứng được nhu cầu giảng dạy có hiệu quả. Vì thế, cách duy nhất để làm tốt công việc giảng dạy chính là phải dành thời gian thỏa đáng để bản thân mình cũng không ngừng học hỏi, tiếp thu kiến thức mới. Điều này rất dễ nhận ra, vì nó sẽ được biểu hiện qua những buổi giảng sinh động và lôi cuốn thay vì là khô khan, nhàm chán và buồn tẻ.

Tương tự như vậy, nếu bạn muốn mang lại niềm vui và giảm nhẹ khổ đau cho người khác, tự thân bạn cũng phải thường xuyên cảm nhận được niềm vui và sự giảm nhẹ đau khổ. Vì chỉ khi bạn thực sự biết cách để đạt được điều đó, bạn mới có thể hướng dẫn và giúp đỡ người khác trong tinh thần "cứu khổ, ban vui".

Lòng thương yêu chân thật

Khi thực hành thương yêu, chúng ta cần chú ý phân biệt giữa lòng thương yêu chân thật với những cảm xúc sinh khởi từ tham ái. Đôi khi, những cảm xúc này cũng tạo ra những động lực thôi thúc tương tự như lòng thương yêu chân thật, nhưng điều khác biệt cơ bản nhất là chúng không mang lại cho ta niềm vui và sự thanh thản, sáng suốt. Ngược lại, chúng luôn mang đến những khổ đau và mê muội.

Tham ái, hay lòng ham muốn và luyến ái có rất nhiều đối tượng, trong đó thì ái dục là đối tượng mạnh mẽ nhất. Tuy nhiên, bất cứ đối tượng nào của tham ái cũng đều làm phát sinh nơi chúng ta một sự khao khát chiếm hữu, mong muốn được sở hữu và duy trì, bảo vệ sự sở hữu đó. Vì thế, trong giáo lý về Mười hai nhân duyên,[1] đức Phật đã chỉ rõ mối tương quan tiếp nối nhau sinh khởi của các yếu tố: ái, thủ và hữu. Trong đó, ái chính là tham ái, luyến ái, và thủ, hữu chỉ cho sự khao khát chiếm giữ, sở hữu.

Trong kinh Pháp cú, kệ số 212, đức Phật dạy:

Do ái sanh sầu ưu,

Do ái sanh sợ hãi.

---

[1] Thập nhị nhân duyên hay 12 nhân duyên, theo nguyên ngữ tiếng Sanskrit là pratỵtya-samutpda và trong kinh tạng Pali là paṭicca-samuppda, dịch sát nghĩa là duyên khởi hay nhân duyên sanh, nhưng vì có 12 nhân duyên nên vẫn thư?ng gọi là Thập nhị nhân duyên. Trong đó bao gồm: vô minh, hành, thức, danh sắc, lục căn, xúc, thọ, ái, thủ, hữu, sinh và lão tử. đức Phật đã chỉ rõ mối tương quan tiếp nối nhau sinh khởi của các yếu tố: ái, thủ và hữu. Trong đó, ái chính là tham ái, luyến ái, và thủ, hữu chỉ cho sự khao khát chiếm giữ, sở hữu.

Ai thoát khỏi tham ái,

Không sầu, đâu sợ hãi?[1]

Như vậy, chính tham ái đã gây ra cho chúng ta những "sầu ưu, sợ hãi". Và "sầu ưu, sợ hãi" lại chính là những nguyên nhân chủ yếu gây ra khổ đau và mê muội. Vì thế, "thoát khỏi tham ái" thì tất yếu sẽ không còn "sầu ưu, sợ hãi" nữa.

Nói "sầu ưu, sợ hãi" là muốn nói một cách tổng quát, dễ hiểu. Nếu xét chi ly ra thì chúng ta còn có thể dễ dàng thấy được tham ái là đầu mối trói buộc và thôi thúc hầu hết tư tưởng, lời nói và việc làm của chúng ta. Không có những trói buộc và thôi thúc này, chúng ta sẽ không thể bị xô đẩy vào những khuynh hướng tội lỗi, xấu ác.

Trong khi những thôi thúc của lòng ham muốn luôn che mờ lý trí, làm chúng ta mất đi sự sáng suốt và phán đoán độc lập, thì những mong muốn "cứu khổ, ban vui" của một lòng thương yêu chân thật lại hoàn toàn không giống như vậy. Mặc dù cũng tạo ra một động lực mạnh mẽ thúc đẩy chúng ta phải hành động để mang lại niềm vui và giảm nhẹ khổ đau cho người khác, nhưng sự thôi thúc của lòng thương yêu không làm che mờ lý trí, ngược lại nó giúp chúng ta càng trở nên sáng suốt và dũng mãnh hơn. Đây chính là mối tương quan "bi, trí, dũng" vẫn thường được nhắc đến trong đạo Phật.

Chúng ta hoàn toàn có thể chiêm nghiệm từ thực tế để thấy rõ được sự khác biệt này. Khi chúng ta khao khát, thèm muốn một đối tượng, chúng ta bị sự thôi thúc phải nỗ lực không ngừng để chiếm hữu đối tượng đó. Sự thôi thúc này gây ra tâm trạng nôn nóng và bực tức, khiến cho đầu óc ta trở nên mê muội, thiếu sáng suốt. Sự khao khát, thèm muốn càng mãnh liệt thì chúng ta càng bị thôi thúc mạnh mẽ hơn, và do đó mà tâm trí ta càng mê muội, tối tăm hơn. Với những

[1] Theo bản dịch Việt ngữ của Hòa thượng Thích Minh Châu.

kẻ nuôi tham vọng “đội đá vá trời” thì tâm trí họ thậm chí còn có thể trở nên điên cuồng, không còn phân biệt được đúng sai, phải trái gì nữa, chỉ biết làm mọi cách để thỏa mãn tham vọng của mình. Và một khi hoàn toàn thất bại trong việc chiếm hữu đối tượng - điều này rất thường xảy ra - thì chúng ta sẽ luôn phải ôm lấy sự đau đớn, khổ sở và bực tức.

Khi phát khởi lòng thương yêu và nỗ lực quên mình vì người khác, chúng ta không phải chịu đựng những áp lực tâm lý của sự thôi thúc do lòng ham muốn. Ngược lại, ta luôn có được một sự thanh thản và sáng suốt trong tâm trí cũng như một ý chí mạnh mẽ và quyết tâm mang lại niềm vui, giảm nhẹ khổ đau cho người khác. Và nếu như có thất bại trong việc cứu giúp người khác, ta cũng chỉ sinh khởi một tấm lòng bi cảm, lân mẫn chứ không hề bị nhấn chìm trong khổ đau và bực tức.

Khác biệt cơ bản giữa lòng thương yêu chân thật và sự luyến ái chính là ở ý thức chiếm hữu. Khi sự thôi thúc trong lòng ta xuất phát từ nỗi khao khát chiếm hữu một đối tượng, đó chính là biểu hiện của luyến ái. Ngược lại, nếu sự thôi thúc đó là hoàn toàn vô tư, chỉ nhằm giúp ta thực hiện được những hành vi “cứu khổ, ban vui”, đó chính là biểu hiện của lòng thương yêu chân thật.

Trong thực tế, khi chúng ta thương yêu và mong muốn chiếm hữu đối tượng, tình yêu đó có rất nhiều khả năng sẽ mang lại khổ đau, sầu não. Và nếu như ý muốn chiếm hữu của chúng ta hoàn toàn thất bại, có rất nhiều khả năng là sự thương yêu đó sẽ hóa thành căm hận, bực tức. Đó chính là bản chất của luyến ái. Ngược lại, nếu chúng ta có thể thương yêu và thật lòng chúc phúc cho người mình yêu khi người ấy sánh vai cùng người khác, tình yêu đó chắc chắn sẽ để lại trong ta những kỷ niệm đẹp khó quên thay vì là làm cho ta đau đớn, khổ sở. Những hồi ức về một tình yêu như thế chắc chắn sẽ mang lại cho chúng ta nhiều niềm tin và nghị lực chứ không phải là những tiếc nuối, dằn vặt khổ đau. Bởi vì đó chính là biểu hiện của một lòng thương yêu chân thật.

Lòng thương yêu chân thật luôn mang đến cho chúng ta sức mạnh, niềm tin và sự vui sống. Những sức mạnh, niềm tin và sự vui sống đó luôn có khả năng san sẻ cho người khác, và càng san sẻ thì nội lực của bản thân chúng ta lại càng tăng thêm. Đúng như lời Lão Tử đã từng nói: "Càng cho người khác thì mình càng được nhiều hơn."[1]

Ngược lại, sức mạnh của lòng ham muốn tạo ra nơi chúng ta là thứ sức mạnh bạo phát bạo tàn và không có khả năng san sẻ cho người khác. Như một bếp lửa nóng, không chỉ tỏa sức nóng ra chung quanh mà còn thiêu cháy tất cả những gì ở bên trong nó. Cũng vậy, lòng ham muốn không chỉ tạo thành sức mạnh gây tổn hại đến người khác, nó còn đốt cháy, hủy hoại cả người nuôi dưỡng nó! Chính điều này giải thích vì sao việc nuôi dưỡng lòng thương yêu luôn giúp chúng ta có thêm sức mạnh dài lâu, trong khi sự nuôi dưỡng tham ái thì chỉ có sức mạnh nhất thời và khiến cho ta ngày càng mỏi mệt, kiệt lực.

Khi hiểu được điều này, chúng ta sẽ thấy rằng có những hiện tượng nghịch lý thường gặp trong cuộc sống thật ra không có gì khó hiểu. Chẳng hạn, trong cuộc sống hàn vi khốn khó thì anh em bằng hữu lại rất thân thiết nhau, chia sẻ nhau từng cọng rau, hạt muối... nhưng khi giàu sang quyền thế, ăn ngon mặc đẹp thì người ta lại dễ dàng trở mặt đốp chát với nhau, tranh chấp nhau từng ly từng tý, chẳng ai chịu nhường ai. Nghịch lý ở đây là, vì sao lúc đói thiếu người ta lại dễ san sẻ những gì mình đang có - dù là rất ít - cho người khác, nhưng lúc dư thừa lại chỉ muốn khư khư giữ

---

[1] Nguyên văn: *Ký dĩ dữ nhân kỷ dũ đa.* 既以與人己愈多 。– (Đạo Đức Kinh, chương 81)

chặt tất cả, không muôn chia sớt với bất cứ ai, ngay cả những người đã từng thân thiết với mình?

Vấn đề ở đây là, trong những hoàn cảnh quá thiếu thốn thì lòng ham muốn hầu như không có đối tượng để nảy sinh và phát triển, nên trong tình cảm anh em, bằng hữu gắn bó chỉ tồn tại duy nhất một lòng thương yêu chân thật, sẵn sàng chia sẻ cho nhau. Ngược lại, khi trở nên giàu sang quyền thế, trước mắt người ta luôn hiện ra vô số những đối tượng của lòng ham muốn, mà như đã nói thì những đối tượng này lại không bao giờ có giới hạn cuối cùng! Vì thế, người ta dễ trở nên mù quáng vì ham muốn, chỉ muốn chiếm hữu ngày càng nhiều hơn - cho dù đã có quá nhiều - và không còn khả năng san sẻ bất cứ điều gì cho người khác!

Chính do nơi thực tế này mà những làng quê nghèo khó lại thường là những nơi dân tình chất phác, thuần hậu, thương yêu nhau, trong khi những chốn phồn hoa đô hội lại chính là những nơi con người rất dễ nảy sinh đủ mọi tội lỗi, sẵn sàng lường gạt lẫn nhau!

Cũng tương tự như vậy, có những con người thuở hàn vi rất tốt bụng, tử tế, nhưng khi được giao trong tay quyền cao chức trọng thì lại rất dễ biến chất, tha hóa, trở thành những kẻ xấu xa nhất trong xã hội. Sự sa đọa của họ không phải do thiếu thốn, mà hoàn toàn là do đã bị khống chế bởi lòng ham muốn.

Khi hiểu được những khác biệt như vừa nêu trên, chúng ta sẽ luôn giữ được một tâm hồn trong sáng ngay cả trong những điều kiện vật chất cám dỗ, bằng vào việc phát khởi lòng thương yêu chân thật. Một khi suối nguồn yêu thương đã dạt dào tuôn chảy thì ngọn lửa ham muốn chắc chắn sẽ nhanh chóng lụi tàn mà không thể thiêu đốt đi những bản chất tốt đẹp của chúng ta.

MỤC LỤC

Lời thưa

Trong kinh Pháp Cú, đức Phật dạy rằng: "Pháp thí thắng mọi thí." Thực hành Pháp thí là chia sẻ, truyền rộng lời Phật dạy đến với mọi người. Mỗi người Phật tử đều có thể tùy theo khả năng để thực hành Pháp thí bằng những cách thức như sau:

1. Cố gắng học hiểu và thực hành những lời Phật dạy. Tự mình học hiểu càng sâu rộng thì việc chia sẻ, bố thí Pháp càng có hiệu quả lớn lao hơn. Nên nhớ rằng **việc đọc sách còn quan trọng hơn cả việc mua sách**.

2. Phải trân quý kinh điển, sách vở in ấn lời Phật dạy. Khi có điều kiện thì mua, thỉnh về nhà để tự mình và người trong gia đình đều có điều kiện học hỏi làm theo. Không nên giữ làm của riêng mà phải sẵn lòng chia sẻ, truyền rộng, khuyến khích nhiều người khác cùng đọc và học theo. Không nên để kinh sách nằm yên đóng bụi trên kệ sách, vì **kinh sách không có người đọc thì không thể mang lại lợi ích**.

3. Tùy theo khả năng mà đóng góp tài vật, công sức để hỗ trợ cho những người làm công việc biên soạn, dịch thuật, in ấn, lưu hành kinh sách, **để ngày càng có thêm nhiều kinh sách quý được in ấn, lưu hành**.

Thông thường, việc chi tiêu một số tiền nhỏ không thể mang lại lợi ích lớn, nhưng nếu sử dụng vào việc giúp lưu hành kinh sách thì lợi ích sẽ lớn lao không thể suy lường. Đó là vì đã giúp cho nhiều người có thể hiểu và làm theo lời Phật dạy. Mong sao quý Phật tử khắp nơi đều lưu tâm đóng góp sức mình vào những việc như trên.

TINH YẾU THỰC HÀNH PHÁP THÍ

- *Mua thỉnh kinh sách về đọc, tự mình sẽ được rất nhiều lợi ích.*
- *Chia sẻ, truyền rộng bằng cách cho mượn, biếu tặng kinh sách đến nhiều người thì lợi ích ấy càng tăng thêm gấp nhiều lần.*
- *Đóng góp công sức, tài vật để hỗ trợ công việc biên soạn, dịch thuật, giảng giải, in ấn, lưu hành kinh sách thì công đức lớn lao không thể suy lường, vì có vô số người sẽ được lợi ích từ việc lưu hành kinh sách.*

www.ingramcontent.com/pod-product-compliance
Lightning Source LLC
LaVergne TN
LVHW101950220826
846093LV00006B/171

* 9 7 9 8 2 1 5 8 0 3 0 0 4 *